ಈಗಿಲ್ಲಿ ಎಲ್ಲವೂ ಮೆಸ್ಸಿ!

ಗದ್ಯಗಂಧಿ ಕವಿತೆಗಳು

ಎಂ ಆರ್ ಕಮಲ

Bahuroopi ಬಹುರೂಪಿ

ಬಹುರೂಪಿ

ಆರ್ ಪಿ ರಿಜೆನ್ಸಿ, ಎಫ್–1, 2ನೇ ಮಹಡಿ,
2ನೇ ಅಡ್ಡರಸ್ತೆ, ಪಿ ಅಂಡ್ ಟಿ ಕಾಲೋನಿ,
ಆರ್ ಟಿ ನಗರ, ಬೆಂಗಳೂರು–560 032
ದೂರವಾಣಿ: 7019182729

114

EEGILLI ELLAVOO MESSI! A collection of Prosaic Poetry by **M R KAMALA**

rustic.kamala@gmail.com

Published By **Bahuroopi**
R P Regency, F-1, 2nd Floor, 2nd Cross, P&T Colony,
R T Nagar, Bangalore - 560 032

editor@bahuroopi.in

Mobile | WhatsApp Bookstore: **70191 82729**

online book store: **bahuroopi.in**

ISBN: 978-81-984197-1-2
First Edition: December 2024
Pages: 104 | Price: Rs. 150
Paper Used: 70 GSM N.S.Maplitho

Cover and Inside Design: **Bahuroopi**
Author's Photo: **D C Nagesh**

Printed by
Repro India Ltd
Mumbai

ಅಂತಃಕರಣದ

ಗೆಳೆಯ

ಡಾ. ಎಚ್. ಎಸ್. ಸತ್ಯನಾರಾಯಣ

ಅವರಿಗೆ

ಈ ಕೃತಿ

ಕಾವ್ಯ ಹೊರಳಿದ ಹೊತ್ತು

ಸುಮಾರು ಹತ್ತು ವರ್ಷಗಳ ಕಾಲ ಕವಿತೆ ಬರೆಯುವುದನ್ನು ನಿಲ್ಲಿಸಿದ್ದ ನಾನು ೨೦೧೪ರಲ್ಲಿ ಮತ್ತೆ ಬರೆಯಲು ಆರಂಭಿಸಿದೆ. ಅಚ್ಚರಿ ಹುಟ್ಟಿಸಿದ ಅಂಶವೆಂದರೆ ಈ ಕವಿತೆಗಳು ಪದ್ಯದಿಂದ ಗದ್ಯ ಲಯಕ್ಕೆ ನನಗರಿವಿಲ್ಲದಂತೆ ಹೊರಳಿಕೊಂಡಿದ್ದವು. ಕಾರಣವೇನಿರಬಹುದೆಂದು ಗಾಢವಾಗಿ ಆಲೋಚಿಸಿದೆ. ಕಾಲಕ್ಕೆ ಅನುಗುಣವಾಗಿ ಬರೆಯುವ ಶೈಲಿ ಬದಲಾಗುವುದು ಸಹಜವೆಂದುಕೊಂಡರೂ ಯಾಕೋ ಸಮಾಧಾನವಾಗಲಿಲ್ಲ. ಬರೆಯುವ ಉದ್ದೇಶ, ವಸ್ತುವಿಗೆ ಅನುಗುಣವಾಗಿ ಕಾವ್ಯದ ಛಂದಸ್ಸು ರೂಪುಗೊಳ್ಳುತ್ತಿದೆಯೇನೋ ಅನ್ನಿಸಿತು. ಬರೆದುದರಲ್ಲಿ ಹೆಚ್ಚು ಸಾಮಾಜಿಕ, ರಾಜಕೀಯ ಕವನಗಳಿದ್ದವು. ೨೦೧೫ರಲ್ಲಿ ಅರಬ್ ಹೆಣ್ಣುಮಕ್ಕಳ ಕಾವ್ಯದ ಅನುವಾದದಲ್ಲಿ ಬಹಳ ಗಂಭೀರವಾಗಿ ತೊಡಗಿಕೊಂಡಿದ್ದಾಗ ನನ್ನ ಬರವಣಿಗೆಯ ಶೈಲಿ ಬದಲಾಗುತ್ತಿರುವುದಕ್ಕೆ ಕೆಲವು ಉತ್ತರಗಳು ದೊರಕಿದವು. ಹೆಚ್ಚಿನ ಅರಬ್ ಮಹಿಳಾ ಕವಿಗಳು 'ಗದ್ಯಗಂಧಿ' (Prose Poetry) ಕವಿತೆಗಳನ್ನು ಬರೆದಿದ್ದರು.

ಅರಬ್ ಕಾವ್ಯ ಗದ್ಯದ ಕಡೆ ವಾಲಿದುದರ ಕಾರಣವನ್ನು ತಿಳಿಯಲು ಅದರ ಇತಿಹಾಸವನ್ನು ಗಂಭೀರವಾಗಿ ಅಧ್ಯಯನ ಮಾಡತೊಡಗಿದೆ. ಒಂದು ಬಗೆಯ ರಾಜಕೀಯ ತಳಮಳ, ಅಶಾಂತಿ ಸಮಾಜದಲ್ಲಿ ತಲೆದೋರಿದ ೧೯೪೦–೫೦ರ ದಶಕಗಳಲ್ಲಿ ಅರಬ್ ಕವಿಗಳು ಕಾವ್ಯದಲ್ಲಿ ಹೊಸ 'ಫಾರ್ಮ್' ಬಗ್ಗೆ ಯೋಚಿಸಲು ಆರಂಭಿಸಿದ್ದರು. ತಮ್ಮ ಹತಾಶೆ, ನಿರಾಶೆ, ಭರವಸೆಯ ಭಾವನೆಗಳನ್ನು ಸಮರ್ಥವಾಗಿ ಹೇಳುವಂತಹ 'ಛಂದ'ಕ್ಕಾಗಿ ಹುಡುಕಾಟ ನಡೆಸಿದ್ದರು. ಅಭಿಜಾತ, ರಮ್ಯ ಪರಂಪರೆಯಿಂದ ಹೇಗಾದರೂ ಬಿಡಿಸಿಕೊಳ್ಳಲೇಬೇಕೆಂಬ ತುಡಿತ

ಅವರಿಗಿತ್ತು. ಅಭಿಜಾತ ಪರಂಪರೆಯ ಕಾವ್ಯ ಒಡ್ಡುತ್ತಿದ್ದ ನಿರ್ಬಂಧಗಳಲ್ಲಿ ಆ ಕಾಲದ ತುರ್ತುಗಳನ್ನು ಹೇಳುವುದು ಅಸಾಧ್ಯ ಎನ್ನುವುದನ್ನು ಕವಿಗಳು ಮನಗಂಡಿದ್ದರು. ಸಾರ್ವಜನಿಕ ಭಾವನೆಗಳನ್ನು, ಆಕಾಂಕ್ಷೆಗಳನ್ನು ಮುಕ್ತವಾಗಿ ಅಭಿವ್ಯಕ್ತಿಸುವ ಕಾವ್ಯ ಪ್ರಕಾರವನ್ನು ಕಂಡುಕೊಳ್ಳುವ ಅಗತ್ಯ ಹಿಂದೆಂದಿಗಿಂತಲೂ ಹೆಚ್ಚಾಗಿತ್ತು. ಹಿಂದಿನ ಕಾವ್ಯ ಸಂಪ್ರದಾಯಗಳ ಹಿಡಿತಕ್ಕೆ ಸಿಕ್ಕಿಕೊಂಡಿದ್ದ ಕವಿಗಳು ಹತಾಶರಾಗಿದ್ದರು. ಎಲಿಯಟ್‌ನ 'ವೇಸ್ಟ್ ಲ್ಯಾಂಡ್' ಕವಿತೆಯ 'ಫ್ರೀ-ವರ್ಸ್' ಅವರನ್ನು ಆಕರ್ಷಿಸಿತು. ಪದಗಳಲ್ಲಿಯೇ ಅಂತರ್ಗತವಾದ ಗೇಯತೆಯ ಗುಣಕ್ಕೆ ಮೌಲ್ಯ ನೀಡಿ, ತಮ್ಮ ಭಾವಕ್ಕೆ, ಆರಿಸಿಕೊಂಡ ವಸ್ತುವಿಗೆ ಹೊಂದುವ ಛಂದಸ್ಸಿನಲ್ಲಿ ಪ್ರಯೋಗಗಳನ್ನು ಮಾಡಲು ಎಲಿಯಟ್ ಕಾವ್ಯ ಅವರನ್ನು ಪ್ರಭಾವಿಸಿತು.

ಈ 'ಮುಕ್ತ ಛಂದ'ದ ಚಳುವಳಿ ಅರಬ್ ಕಾವ್ಯಕ್ಕೆ ಹೊಸ ವಸ್ತು, ಹೊಸ ಭಾಷೆ, ನುಡಿಗಟ್ಟು ಮತ್ತು ಅಭಿವ್ಯಕ್ತಿ ಕ್ರಮವನ್ನು ನೀಡಿತು. ಕಾವ್ಯದ ಬೇರುಗಳು ಮಾತ್ರ ಸಂಪ್ರದಾಯದಲ್ಲೇ ಇದ್ದರೂ ಅದನ್ನು ಸಡಿಲಗೊಳಿಸಿ ಹೊಸ ಪ್ರಯೋಗಗಳನ್ನು ಅರಬ್ ಕವಿಗಳು ಮಾಡಿದರು. ಜನರ ವೇದನೆ, ಹತಾಶೆಗಳಿಗೆ ಕಾವ್ಯ ರೂಪವನ್ನು ಕೊಡಲು ನಿರ್ಧರಿಸಿದ್ದರಿಂದ, ಸಂವಹನವೇ ಪ್ರಮುಖವಾದ್ದರಿಂದ ಗದ್ಯಗಂಧಿ ಕವಿತೆಗಳ ಪ್ರಯೋಗವನ್ನು ಹೆಚ್ಚು ಹೆಚ್ಚು ಮಾಡುತ್ತಾ ಹೋದರು. ಇದೊಂದು ಕ್ರಾಂತಿಕಾರಿ ಬದಲಾವಣೆ. ವಿಘಟಿತ ಮನಃಸ್ಥಿತಿ, ಪರಿಸ್ಥಿತಿಗಳಿಗೆ ಗದ್ಯಗಂಧಿ ಕಾವ್ಯ ಸಹಜವಾಗಿ ಹೊಂದಿಕೊಂಡು ಅರಬ್ ಕಾವ್ಯವನ್ನು ಸಿರಿವಂತಗೊಳಿಸಿತು. ಇದರಲ್ಲಿ ಬಹಳ ಮುಖ್ಯ ಕವಿಗಳೆಂದರೆ ಖಲೀಲ್ ಗಿಬ್ರಾನ್ (೧೮೮೩-೧೯೩೧) ಮತ್ತು ಅಮೀನ್-ಅಲ್-ರಿಹಾನಿ (೧೮೭೬-೧೯೪೦). ಇವರಿಬ್ಬರೂ ಪ್ರಾಸಕ್ಕೆ ಬದ್ಧರಾಗಿರಬೇಕಿಲ್ಲವೆನ್ನುವುದನ್ನು ತೋರಿಸಿಕೊಟ್ಟವರು. ಗಿಬ್ರಾನ್ ತನ್ನ 'ಅಲ್ ಶಾಯಿರ್' (ಕವಿ) ಎಂಬ ಕವಿತೆಯಲ್ಲಿ 'ನಾನೊಬ್ಬ ಕವಿ, ಬದುಕಿನ ಗದ್ಯವನ್ನು ಪದ್ಯವಾಗಿಸುತ್ತೇನೆ. ಬದುಕು ಪದ್ಯವಾಗಿಸಿದ್ದನ್ನು ಗದ್ಯವಾಗಿಸುತ್ತೇನೆ' ಎಂದು ಸಾರಿದ. ಒಬ್ಬ ಕವಿಗೆ ಗದ್ಯ ಪದ್ಯಗಳೆರಡರಲ್ಲಿಯೂ ಕವಿತೆ ಬರೆಯುವ ಸಾಮರ್ಥ್ಯವಿರಬೇಕೆಂದು ಈ ಕವಿತೆಯಲ್ಲಿ ಗಿಬ್ರಾನ್ ಒತ್ತಿ ಹೇಳಿದ.

ಸಿರಿಯಾದ ಕವಿ ಅಧೂನಿಸ್ ಗದ್ಯಗಂಧಿ ಕವಿತೆಗಳನ್ನು ಪ್ರತಿಪಾದಿಸಿದವರಲ್ಲಿ ಬಹಳ ಮುಖ್ಯವಾದವನು. 'ಕವಿಯೊಬ್ಬ ಸಂಪ್ರದಾಯದಲ್ಲಿಯೇ ಬೇರೂರಿದ್ದರೂ ನವನಿರ್ಮಿತಿಕಾರನಾಗಿರಬೇಕು. ಛಂದಸ್ಸಿನ ನಿರ್ಬಂಧದಲ್ಲಿ ಸಿಲುಕಬಾರದು. ಕವಿಗಳು ವಸ್ತುವನ್ನು ಆಯ್ಕೆ ಮಾಡಿದ ಮೇಲೆ ಅದೇ ಕಾವ್ಯದ 'ಫಾರ್ಮ್' ನಿರ್ಧರಿಸುತ್ತದೆ. ಕವಿಯೊಬ್ಬ ಯಾವತ್ತೂ ಬಂಡಾಯಕಾರ, ಅವನು ಯಾವ ನಿಯಮಕ್ಕೂ ಒಳಪಡದೆ ತನ್ನ ನಿಯಮಗಳನ್ನು ತಾನೇ ರೂಪಿಸಿಕೊಳ್ಳುತ್ತಾನೆ. ಆಧುನಿಕ ಕವಿಗಳು ತಮಗೆ ಸೂಕ್ತ ಎನ್ನುವುದನ್ನು ಕಂಡುಕೊಳ್ಳಬೇಕು.' ಎಂದು ಅಧೂನಿಸ್ ಹೇಳಿದ. ಗದ್ಯಗಂಧಿ ಕವಿತೆಗಳನ್ನು ಸಣ್ಣಕತೆಯಂತೆ ಕೂಡಾ ಪ್ಯಾರಾ ಮಾಡಿ ಬರೆಯಬಹುದು. ಆದರೆ ಹಾಗೆ ಬರೆಯುವಾಗಲೂ ಅದು ರೂಪಕಾತ್ಮಕವಾಗಿರಬೇಕು ಮತ್ತು ಕಾವ್ಯಾತ್ಮಕ

ಭಾಷೆಯಲ್ಲಿರಬೇಕು. ಪದ ವಿನ್ಯಾಸ ಅದನ್ನು ಕಾವ್ಯವಾಗಿಸಬೇಕೇ ಹೊರತು ಗದ್ಯವಾಗಿಸಬಾರದು ಎಂದೂ ಹೇಳಿದ. ಮೊದಲು ಸಾಹಿತ್ಯ ವೃತ್ತಗಳಲ್ಲಿ ಇದನ್ನು ಪರಿಚಯಿಸಿದಾಗ ಅನೇಕರು ವಿರೋಧಿಸಿದರು. ವಿಮರ್ಶಕರಂತೂ ಸಂಪೂರ್ಣವಾಗಿ ತಿರಸ್ಕರಿಸಿದರು. ಅರಬ್ ಮಹಿಳಾ ಕವಿಗಳಲ್ಲಿ 'ಗದ್ಯಗಂಧಿ' ಪ್ರಕಾರ ಈ ಶತಮಾನದಲ್ಲಿ ಇನ್ನೂ ಹೆಚ್ಚು ಜನಪ್ರಿಯವಾಗಿದೆ ಮತ್ತು ಬಳಕೆಯಲ್ಲಿದೆ.

ಗದ್ಯಗಂಧಿ ಕವಿತೆಗಳ ಇತಿಹಾಸದ ಅರಿವಿಲ್ಲದೆಯೂ ನನ್ನ ಕಾವ್ಯ 'ಗದ್ಯಗಂಧಿ'ಯಾಗಿ ಹೋಗಿತ್ತು. ಗದ್ಯಕ್ಕೆ ಹೊರಳಿದ 'ಮಾರಿಬಿಡಿ' ಕವಿತಾ ಸಂಕಲನದ ನಂತರ ಎರಡು ಗದ್ಯಗಂಧಿ ಕವಿತೆಗಳ ಪುಸ್ತಕಗಳನ್ನು ಪ್ರಕಟಿಸಿದೆ. ಅದಕ್ಕೆ ವಿಮರ್ಶಕರಿಗಿಂತ ಹೆಚ್ಚು ಓದುಗರ ಪ್ರತಿಕ್ರಿಯೆ ಉತ್ಸಾಹದಾಯಕವಾಗಿತ್ತು. ಈ ರೂಪಕ ಕವಿತೆಗಳನ್ನು 'ಮೊಗ ಹೊತ್ತಿಗೆ'ಯಲ್ಲಿ ಬರೆಯುತ್ತಿದ್ದಾಗ ಅನೇಕರು ಇವು 'ಪದ್ಯಗಂಧಿ' ಬರಹಗಳೋ ಅಥವಾ 'ಗದ್ಯಗಂಧಿ' ಕವಿತೆಗಳೋ ಎಂಬ ಅನುಮಾನವನ್ನು ವ್ಯಕ್ತಪಡಿಸಿದ್ದರು. ಹಾಗೆ ನೋಡಿದರೆ ಪದ್ಯ–ಗದ್ಯಗಳನ್ನು ಸೇರಿಸುವ ಕ್ರಮ ಕನ್ನಡಕ್ಕೆ ಹೊಸತೇನಲ್ಲ. ಅದು ಚಂಪೂ ಕಾವ್ಯದಿಂದಲೂ ಇರುವುದೇ. ಅಲ್ಲಿ ಅದನ್ನು ಸ್ಪಷ್ಟವಾಗಿ ವಿಂಗಡಿಸಿರುವಂತೆ ಮೇಲುನೋಟಕ್ಕೆ ಕಂಡರೂ, ಗದ್ಯ ಭಾಗದಲ್ಲಿ ಪದ್ಯ, ಪದ್ಯ ಭಾಗದಲ್ಲಿ ಗದ್ಯದ ಅಂಶಗಳು ತೀರಾ ಸಹಜವೆನ್ನುವಂತೆ ಮಿಳಿತಗೊಂಡಿವೆ. ಹರಿಹರನ ರಗಳೆಗಳಲ್ಲಂತೂ ಸ್ಥಲ ಸ್ಥಲಗಳ ನಡುವೆ ತುಂಬುವಷ್ಟು ಮಾನ್ಯತೆಯನ್ನು ಗದ್ಯ ಪಡೆದುಕೊಂಡಿದೆ. ಕುವೆಂಪು ಅವರು 'ಅಲ್ಲಿಯ ಗದ್ಯ ಕ್ಲುಪ್ತ ಛಂದಸ್ಸನ್ನು ತೊರೆದಿದ್ದರೂ ಮೆಯ್ ಕಟ್ಟು ಅಛಂದವಾದುದಲ್ಲ. ಅದು ಗದ್ಯರೂಪ ಧಾರಣೆ ಮಾಡಿದ್ದರೂ ಕಾವ್ಯತ್ವವನ್ನು ಬಿಟ್ಟಿಲ್ಲ. ಆ ಗದ್ಯದ ಪ್ರಕಾರಾಂತರವೆ ವಚನ ಸಾಹಿತ್ಯವಾಗಿ ಹೂ ಬಿಟ್ಟಿತು. ವಚನಗಳು ಆ ಗದ್ಯದಿಂದ ಹೊಮ್ಮಿದ ಬಿಡಿಬಿಡಿಯ ಕಿಡಿವೂಗಳು' ಎನ್ನುತ್ತಾರೆ. ಹಾಗೆ ನೋಡಿದರೆ ವಚನ ಸಾಹಿತ್ಯವೂ ಗದ್ಯಗಂಧಿ ಕವಿತೆಗಳೇನೋ ಅನ್ನಿಸುತ್ತದೆ. ಹಾಗಾಗಿ ನನ್ನ ಕಾವ್ಯ ಕೂಡ ಕನ್ನಡದ ಇಂತಹ ಗದ್ಯಗಂಧಿ ಬೇರುಗಳಿಂದಲೇ ಕುಡಿಯೊಡೆದಿದ್ದು ಎಂದು ನಂಬಿದ್ದೇನೆ.

ವರ್ತಮಾನದ ತಲ್ಲಣಗಳನ್ನು, ಸಂಕಟಗಳನ್ನು ಹಿಡಿದಿಡಲು, ಉತ್ಕಟವಾದ ಸಂವೇದನೆಗಳನ್ನು ಭಾವೋಜ್ವಲವಾಗಿ ಪ್ರಕಟಿಸಲು ರೂಪಕಗಳ ಮೊರೆಹೋಗುವುದು ಅನಿವಾರ್ಯ ಎನ್ನುವಂತಹ ಕಾಲಘಟ್ಟದಲ್ಲಿ ನಾವಿದ್ದೇವೆ. ಒಬ್ಬ ಕವಿ ಬಳಸುವ ರೂಪಕಗಳು ಅವನ ವಿಶೇಷತೆಯನ್ನು, ಕಾವ್ಯ ಶಕ್ತಿಯನ್ನು ಪ್ರಚುರಪಡಿಸುವಂತಹದ್ದು. 'ಪಾಶ್ಚಾತ್ಯ ಕಾವ್ಯ ಮೀಮಾಂಸೆ'ಯ ಆಚಾರ್ಯನೆನ್ನಿಸಿಕೊಂಡಿರುವ ಅರಿಸ್ಟಾಟಲನೇ ಒಂದು ಕಡೆ ಕವಿಯನ್ನು ಕುರಿತು, 'ಎಲ್ಲಕ್ಕಿಂತ ಹೆಚ್ಚಿನದೆಂದರೆ ಕವಿ ರೂಪಕಗಳ ಪ್ರಭುವಾಗಿರುವುದು. ರೂಪಕ ನಿರ್ಮಿತಿಯನ್ನು ಮಾತ್ರ ಯಾರೂ ಬೇರೊಬ್ಬರಿಂದ ಕಲಿಯುವುದು ಸಾಧ್ಯವಿಲ್ಲ. ಕವಿಯ ಸ್ವೋಪಜ್ಞತೆಗೆ ಅದೊಂದು ಸಾಕ್ಷಿಯೂ ಹೌದು' ಎಂದು ಹೇಳಿದ. (ಕಾವ್ಯ ಪ್ರತಿಮೆ: ಎನ್. ಎಸ್. ಲಕ್ಷ್ಮೀನಾರಾಯಣ ಭಟ್ಟ)

ಒಂದು ಘಟನೆ, ಪ್ರಸಂಗ, ಸರಳ ಚಿತ್ರ, ಹಳೆಯದೊಂದು ಕತೆ, ಆಟ ಇತ್ಯಾದಿಗಳ ನೇರ ನಿರೂಪಣೆ ವಾಚ್ಯಕ್ಕೆ ಮಾತ್ರ ಸೀಮಿತವಾಗದೆ ಧ್ವನಿ ಚಿತ್ರವಾಗಬಹುದು. ಇಂದ್ರಿಯಾನುಭವ, ಚಿಂತನೆ, ಭಾವನೆಗಳು ಪದಗಳಲ್ಲಿ ಹದವಾಗಿ ಮೈಗೂಡಿ ಬರುವಾಗ ತನ್ನ 'ಧ್ವನಿ' ಬಲದಿಂದ ಹೊಸದೊಂದು ಹೊಳಹನ್ನು ನೀಡಬಲ್ಲದು. ಗದ್ಯಗಂಧಿ ಕವಿತೆಗಳಲ್ಲಿ ಅಂತಹ ಅನುಭವಗಳ ಪುನರಭಿನಯ ಇದೆ. ಆದರೆ ಅದು ಸ್ಫುರಿಸುವ ಅರ್ಥಕ್ಕೆ ಸಮಕಾಲೀನತೆಯ ಸ್ಪರ್ಶ ಒದಗುವಂತೆ ಮಾಡುವಲ್ಲಿ ಮಾತ್ರ ಕವಿಯ ಕೌಶಲವಿರುತ್ತದೆ. ಎರಡು ಭಿನ್ನ ವಿಷಯಗಳಲ್ಲಿ, ವಸ್ತುಗಳಲ್ಲಿ ಸದೃಶಾಂಶಗಳನ್ನು ಕಾಣುತ್ತ, ಮೂಡಿಸುವ ಚಿತ್ರವೊಂದಕ್ಕೆ 'ದರ್ಶನ ಧ್ವನಿ' ಪ್ರಾಪ್ತವಾದರೆ ಕವಿಯ ಸಾರ್ಥಕತೆ. ಕವಿಯ ಸಂವೇದನೆ ರೂಪ ತಾಳುವುದು ರೂಪಕದ ಮೂಲಕವಾದರೂ, ರೂಪಕಗಳು ಕಾವ್ಯದ ಅಂಗಗಳೇ ಆಗಿದ್ದರೂ ಕೆಲವೊಮ್ಮೆ ಹೊರ ಮೈಗೆ ತೊಡಿಸಿರುವ ಚಿತ್ರಗಳಾಗಿ ಬಿಡಬಹುದಾದ ಸಾಧ್ಯತೆಗಳಿವೆ. ಕವಿಗೆ ಕೂಡ ಇದು ಅನಿರೀಕ್ಷಿತವಾದದ್ದು.

ವಲಸೆ, ವಿಸ್ಮೃತಿ, ಒಂಟಿತನ, ವೃದ್ಧಾಪ್ಯ, ಪರಿಸರ, ಹೆಣ್ಣಿನ ಅಸ್ಮಿತೆ, ಮನುಷ್ಯನ ಸೋಗಲಾಡಿತನ, ಸಾಮಾಜಿಕ ಜಾಲತಾಣ, ಮಾಧ್ಯಮಗಳ ಪರಿಣಾಮ, ಅಧಿಕಾರ, ಸಿರಿವಂತಿಕೆಯ ನಿರರ್ಥಕತೆ, ಪ್ರೀತಿ, ಅಧ್ಯಾತ್ಮ, ನೆನಪುಗಳು, ಪ್ರಸಕ್ತ ರಾಜಕೀಯ ವಿದ್ಯಮಾನ ಇತ್ಯಾದಿಗಳು ಬಹುವಾಗಿ ಕಾಡಿ ಈ ರೂಪಕಾತ್ಮಕ ಗದ್ಯಗಂಧಿ ಕವಿತೆಗಳನ್ನು ಬರೆಸಿವೆ. ಇಲ್ಲಿಯ 'ನಾನು' ನಾನು ಮಾತ್ರವೇ ಅಲ್ಲ ಎನ್ನುವ ಕಾರಣಕ್ಕಾಗಿ 'ಅವಳು' ಎಂದು ಅಲ್ಲಲ್ಲಿ ಬಳಸಿದ್ದೇನೆ.

ಈ ಕವಿತೆಗಳು ಪುಸ್ತಕ ರೂಪದಲ್ಲಿ ಹೊರಬರುತ್ತಿರಲು ಕಾರಣರಾದವರು 'ಅವಧಿ'ಯ ಸಂಪಾದಕರಾದ ಜಿ.ಎನ್. ಮೋಹನ್ ಅವರು. ಮೊಗ ಹೊತ್ತಿಗೆಯಲ್ಲಿ ಬರೆಯುತ್ತಿದ್ದ ಕವಿತೆಗಳನ್ನು ಮೆಚ್ಚಿ 'ಅವಧಿ' ಜಾಲತಾಣದಲ್ಲಿ ಹೆಚ್ಚಿನ ಕವಿತೆಗಳನ್ನು ಪ್ರಕಟಿಸಿದ್ದೂ ಅವರೇ. ಅವರಿಗೆ ಧನ್ಯವಾದ ಮತ್ತು ಕೃತಜ್ಞತೆಗಳು. ಹಾಗೇ ಕೆಲವು ಕವನಗಳು 'ಕನ್ನಡ ಪ್ರಭ', 'ಹೊಸ ಮನುಷ್ಯ' ಪತ್ರಿಕೆಗಳಲ್ಲಿ ಕೂಡ ಪ್ರಕಟವಾಗಿವೆ.

ಎಂದಿನಂತೆ ಪುಸ್ತಕ ಪ್ರಕಟಣೆಯ ಹಿಂದೆ ಮಿತ್ರರಾದ ಚಂದ್ರಶೇಖರ ಆಲೂರು ಮತ್ತು ಕೇಶವ ಮಳಗಿಯವರ ಒತ್ತಾಸೆಯಿದೆ. ಮನೆಯವರ ಪ್ರೀತಿಯ ಬೆಂಬಲವಂತೂ ಸದಾ ಇದ್ದದ್ದೇ. ಈ ಕವಿತೆಗಳ ಮಾಲೆಯ ಮೊದಲ ಪುಸ್ತಕಕ್ಕೆ 'ಗದ್ಯಗಂಧಿ' ಎಂಬ ಚಂದದ ಹೆಸರಿಟ್ಟ ಕಿರಿಯ ಗೆಳೆಯ ಡಾ. ಎಚ್. ಎಸ್. ಸತ್ಯನಾರಾಯಣ ಅವರಿಗೆ ಈ ಸಂಕಲನವನ್ನು ಅರ್ಪಿಸಿದ್ದೇನೆ. ಬರೆಯುವ ಉತ್ಸಾಹವನ್ನು ಕಾಪಿಡುತ್ತಿರುವ ಮೊಗಹೊತ್ತಿಗೆಯ ಓದುಗರೆಲ್ಲರಿಗೂ ಧನ್ಯವಾದಗಳು.

–ಎಂ. ಆರ್. ಕಮಲ

ಬರೀ ಹೂ!

ಪ್ರಿಯ ಓದುಗರಿಗೆ

ಕವಿಗೆ ಯಾರ, ಯಾವುದರ ಹಂಗಿಲ್ಲ. ನೋವನ್ನು ಲಯಬದ್ಧವಾಗಿ ಹೇಳಬೇಕಿಲ್ಲ. ಖುಷಿಗೊಂದು ಛಂದಸ್ಸಿದೆ ಎಂದು ನಂಬಿಲ್ಲ. ಕಾವ್ಯಕ್ಕೆ ಗದ್ಯದ ಗಂಧ, ಗದ್ಯಕ್ಕೆ ಕಾವ್ಯ ಸ್ಪಂದ, ಸ್ವಚ್ಛಂದವೇ ಛಂದ, ಉತ್ಸಾಹವಿದ್ದಾಗಷ್ಟೇ ಉತ್ಸಾಹ ರಗಳೆ!

ಬೆಟ್ಟಗುಡ್ಡಗಳು ಉರುಳುವುದನ್ನು, ನದಿ ಮೈಮೇಲೆ ಹೊಮ್ಮಿ, ಕಪ್ಪು ಹೂಗಳು ಆಕಾಶದಿಂದಿಳಿವುದನ್ನು ಕಾವ್ಯಾತ್ಮಕವಾಗಿಸಲಾಗುವುದಿಲ್ಲ. ಎದೆಯ ನುಡಿಗೆ ಗರಗಸವಾಡಿಸುವಾಗ ಮಾತ್ರಾ ಲಯದಲ್ಲಿ ಮಾತು ಉದುರುವುದಿಲ್ಲ. ಬೆಂಕಿಯಂಥ ಸುಳ್ಳುಗಳ ನಡುವೆ 'ಕುಸುಮ ಷಟ್ಪದಿ' ಅರಳುವುದಿಲ್ಲ. ಕುರೂಪದಲ್ಲಿ ರೂಪನಿಷ್ಠ, ವಿಕೃತಿಯಲ್ಲಿ ಕೃತಿನಿಷ್ಠ, ಅಭಾವದಲ್ಲಿ ಭಾವನಿಷ್ಠ ಕವಿತೆ ಹುಟ್ಟುವುದಿಲ್ಲ. ಕತ್ತರಿಯಾಡಿಸುವ ಕೃತಕ ಉದ್ಯಾನವನದಲ್ಲಿ ಕವಿಯೆಂದೂ ವಿಹರಿಸುವುದಿಲ್ಲ.

'ಆನು ಒಲಿದಂತೆ' ಹಾಡುವವರಿಗೆ ಕಾವ್ಯ ನಿಯಮಗಳೇ ಇಲ್ಲ. ಗದ್ಯಗಂಧಿಯನ್ನು ಗಾಳಿಗೆ ತೂರಿದರೂ ಆವರಿಸಿದ ಗಂಧ ನಿಮ್ಮನ್ನು ಬಿಡುವುದಿಲ್ಲ!

ಅವರು ಕೇಳುತ್ತಾರೆ

ಅವರು ಕೇಳುತ್ತಾರೆ: ನಿನ್ನೊಳಗೆ ಕಾರ್ಮೋಡ ಕವಿಯುವುದಿಲ್ಲವೇ?

ನಾನು ಹೇಳುತ್ತೇನೆ: ಇಲ್ಲಿ ಎಲ್ಲರೂ ಕಾರ್ಮೋಡಗಳನ್ನೇ ಹೊತ್ತು ಓಡಾಡುತ್ತಿದ್ದಾರೆ. ಯಾವಾಗ ಗುಡುಗುವುದೋ, ಮಿಂಚುವುದೋ, ಎಲ್ಲವನ್ನು ಕೊಚ್ಚಿ ಹಾಕುವ ಮಳೆ ಸುರಿವುದೋ? ಅದಕ್ಕೆಂದೇ ಕಾಮನಬಿಲ್ಲಾಗಿದ್ದೇನೆ. ಇರುವಷ್ಟು ಹೊತ್ತು ಅವರು–ನಾನು ಬಣ್ಣಗಳನ್ನೇ ಹೊತ್ತು ಓಡಾಡುತ್ತೇವೆ.

ಅವರು ಕೇಳುತ್ತಾರೆ: ನಿನ್ನೊಳಗೆ ಕಹಿಯೇ ಇಲ್ಲವೇ?

ನಾನು ಹೇಳುತ್ತೇನೆ: ಇಲ್ಲಿ ಎಲ್ಲರೂ ಕಹಿ ತುಂಬಿದ ಪಾತ್ರೆಯಾಗಿದ್ದಾರೆ. ಎಲ್ಲ ಕಡೆಯೂ ಅದನ್ನೇ ಹೀರುತ್ತ, ಉಗುಳುತ್ತ ಹೊಳೆಯಂತೆ ಹರಿಯುತ್ತಿದ್ದಾರೆ. ಯಾವಾಗ ಕಹಿಯೊಂದು ಕಡಲಾಗುವುದೋ? ಅದಕ್ಕೆಂದೇ ಜೇನು ಹುಟ್ಟಿಯಾಗಿದ್ದೇನೆ. ಅವರು–ನಾನು ತುಂಬಿಟ್ಟುಕೊಂಡ ಜೇನನ್ನೇ ಹಸಿವಾದಾಗ ಸವಿಯುತ್ತೇವೆ.

ಬೆಳಕನ್ನು ಹೊತ್ತೊಯ್ದಿದ್ದಾರೆ

ಒಲೆಯ ಬೂದಿಯಲ್ಲಿ ಹೊರಳುತ್ತಿದ್ದ ಬೆಕ್ಕು ಹೊರಹೋಗಿತ್ತೋ ಇಲ್ಲವೋ. ಆ ಮನೆಯನ್ನು ಒಂಟಿಯಾಗಿ ಬಿಟ್ಟು ಬಂದುಬಿಟ್ಟೆವು! ಚಳಿಯಾಗುತ್ತಿತ್ತೇನೋ, ಕಿಟಕಿಗಳನ್ನು ತನಗೆ ತಾನೇ ಮುಚ್ಚಿಕೊಂಡಿತು! ಬರುವ ಮುನ್ನ ವಿದಾಯದ ಒಂದು ಮುತ್ತು ಒತ್ತಬಹುದಿತ್ತು. ಒಂದೆರಡು ಕಣ್ಣ ಹನಿ ನೆಲವನ್ನು ಕರೆಗೊಳಿಸಬಹುದಿತ್ತು. ಬಿಟ್ಟು ಬರುವವರೆಗೂ ಬಿಟ್ಟಿದ್ದೇನೆನ್ನುವುದೇ ಅರಿವಾಗುವುದಿಲ್ಲ.

ಹಗಲಿನ ಸೂರ್ಯ ಈಗ ಒಳಗೆ ಓಡಾಡುವುದು ಹೇಗೆ? ಚಂದ್ರ ಕಿಟಕಿಯಿಂದ ಇಣುಕಬೇಡವೇ? ಮುಸ್ಸಂಜೆಗೊಂದು ದೀಪವಾದರೂ ಬೆಳಗಬೇಕಿತ್ತಲ್ಲವೇ? ಎಲ್ಲರೂ ಹೊರಡುವಾಗ ಮಾತು ಕಳಕೊಂಡ ಮೂಕನಂತೆ ಆ ಮನೆ ಯಾಕೆ ನಿಲ್ಲಬೇಕಿತ್ತು ಅಥವಾ ಮಾತನಾಡಿದ್ದು ನಮಗರ್ಥವಾಗಲಿಲ್ಲವೊ?

ಎಷ್ಟು ಬೆಚ್ಚಗಿನ ಕೋಣೆಗಳು! ಅವು ಕೋಣೆಗಳಾಗಿದ್ದವೇನು? ಎಡಕ್ಕಿದ್ದರೆ ಎಡಗೋಣೆ, ನಡುವಿದ್ದರೆ ನಡುಮನೆ, ಚಿಕ್ಕದಿದ್ದರೆ ಚಿಕ್ಕಮನೆ... ಹೆಸರಿಡುವುದಕ್ಕೆ ನಿಘಂಟನ್ನು ತಡವಬೇಕಿರಲಿಲ್ಲ. ಸುಡುವ ಸುಣ್ಣವನ್ನೇ ಮೆತ್ತಿಕೊಂಡಿದ್ದರೂ ಬೆಳುದಿಂಗಳಂತೆ ಭಾಸವಾಗುತ್ತಿದ್ದ ಗೋಡೆಗಳು!

ಕೋಚು ಕೋಚು ಅಕ್ಷರಗಳಂತೆ ಆ ಮನೆಯ ತುಂಬಾ ಓಡಾಡುತ್ತಿದ್ದವರು ಬೆಳಕನ್ನೆಲ್ಲ ಹೊತ್ತೊಯ್ದಿದ್ದಾರೆ. ಇನ್ನು ಆ ಮನೆಯ ಪಾಡೇನು? ನಾನು ನಿಜಕ್ಕೂ ಮನೆಯ ಬಗ್ಗೆ ಮಾತ್ರ ಮಾತನಾಡುತ್ತಿರುವೆನೇ?

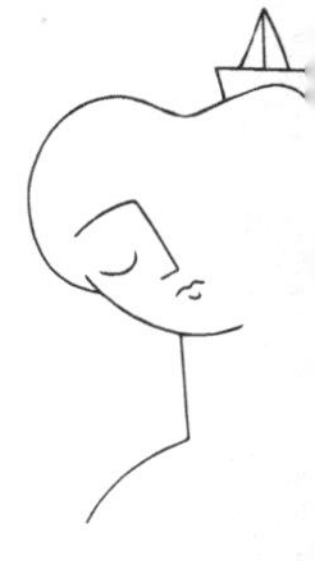

ಎದೆಯಲ್ಲಿ ಹುಟ್ಟಿದ ಒಂದು ಪದ

ಎದೆಯಲ್ಲಿ ಹುಟ್ಟಿದ ಒಂದು ಪದವನ್ನು ಹಾರಿ ಬಿಡುವ ಮುನ್ನ ತಡೆಯಿರಿ. ಅದಕ್ಕೆ ಬಣ್ಣ ತುಂಬಿದರೆ ಚಿಟ್ಟೆ, ದಳವಾಗಿ ಬಿಚ್ಚಿದರೆ ಹೂವು. ಹೊಳೆಸಿದರೆ ಮಿಂಚು, ಹೆಪ್ಪುಗಟ್ಟಿಸಿದರೆ ಮೋಡ, ಗುಡುಗೇ ಸಿಡಿಮಿಡಿತ, ನೋವು ಮಳೆ ಹನಿ.

ಎದೆಯಲ್ಲಿ ಹುಟ್ಟುವ ಒಂದು ಪದವನ್ನು ಹಾರಿ ಬಿಡುವ ಮುನ್ನ ತಡೆಯಿರಿ. ಉಕ್ಕಿದರೆ ಹೊಳೆ, ದುಡುಕಿದರೆ ಪ್ರವಾಹ, ಕೆಂಡವಾದರೆ ಬೆಂಕಿ, ಕೆಂಪೇರಿಸಿದರೆ ನೆತ್ತರು. ಮುಟ್ಟಿ ಮೈದಡವಿದರೆ ಅಂತಃಕರಣ.

ಪದವಿಟ್ಟು ಅಳಿಸದಿರುವುದು ಅಗ್ಗಳಿಕೆಯಲ್ಲ. ಹಾರಲು ಬಿಡುವ ಮುನ್ನ ಕೊಂಚ ತಡೆಯಿರಿ.

ಪೇಲವವಾಗಿಸಬೇಡಿ

ಹಸಿರೆಂದರೆ ಯಾವ ಹಸಿರು? ಗಿಣಿ ಹಸಿರೇ? ಪಚ್ಚೆ ಹಸಿರೇ? ಕಡಲ ಹಸಿರೇ? ಎಲೆ ಹಸಿರೆಂದರೆ ಚಿಗುರೆಲೆಯೇ, ಬಲಿತ ಎಲೆಯೇ? ಹಸಿರೆಂದರಾಯಿತು ಎನ್ನಬೇಡಿ.

ನೀಲಿ ಎಂದರೆ ಯಾವ ನೀಲಿ? ಸಮುದ್ರ ನೀಲಿ? ಆಕಾಶ ನೀಲಿ? ನೀಲಮಣಿಯ ನೀಲಿ? ನೀಲಿಯೆಂದರೆ ನೀಲ ಕಣ್ಣುಗಳೇ, ನೀಲ ನೋಟವೇ? ನೀಲಿಯೆಂದರಾಯಿತು ಎನ್ನಬೇಡಿ.

ಕೆಂಪು ಅಂದರೆ ಯಾವ ಕೆಂಪು? ಪ್ರೀತಿಯ ಕೆಂಪೇ? ಕೆಮ್ಮಣ್ಣಿನ ಕೆಂಪೇ? ಕಿತ್ತಳೆಯ ಕೆಂಪೇ? ಕೆಂಪೆಂದರೆ ನಾಳದೊಳಗಿನ ನೆತ್ತರೇ, ಹೃದಯ ಬಡಿತವೇ?

ಒಂದೊಂದು ಬಣ್ಣಕ್ಕೂ ಲೆಕ್ಕವಿರದಷ್ಟು ಛಾಯೆ, ಲೆಕ್ಕವಿರದಷ್ಟು ಹೆಸರು. ನೀವು ಹೇಳಿದ ಬಣ್ಣ, ನಾನು ತಿಳಿದ ಬಣ್ಣ ಒಂದೇ ಎನ್ನುವುದು ಹೇಗೆ? ನಿಮ್ಮ ಬಣ್ಣ ಸತ್ಯವಾದರೆ ನನ್ನ ಬಣ್ಣ ಮಿಥ್ಯವಾಗುವುದು ಹೇಗೆ? ನಿಮ್ಮ ಬಣ್ಣಕ್ಕೆ ಬೆರೆಸಿದ ನನ್ನ ಬಣ್ಣ ಯಾವ ಬಣ್ಣ ತಳೆಯುವುದೋ? ಎಲ್ಲವನ್ನು ಒಂದೆಡೆಗೆ ಅಂಟಿಸಿ, ತಿರುಗಿಸಿ, ಒಂದೇ ಬಣ್ಣವಾಗಿಸಲು ಹೋಗಿ ಪೇಲವವಾಗಿಸಬೇಡಿ. ಇದ್ದಂತೆ ಇರಲಿ, ಬಿಟ್ಟು ಬಿಡಿ.

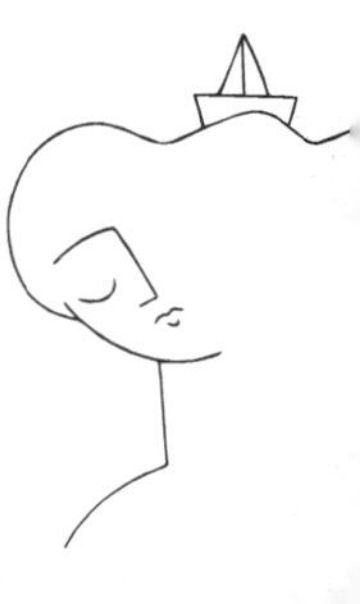

ಈಗಿಲ್ಲಿ ಎಲ್ಲವೂ ಮೆಸ್ಸಿ!

ಈಗಿಲ್ಲಿ ಎಲ್ಲವೂ ಮೆಸ್ಸಿ! ಖುಷಿಯ ಬಾಲ್ಯ, ಬೆಡಗಿನ ಯೌವನ, ನೋವಿನ ಮುದಿತನ ಸೇರಿದ ಹದಿಹರೆಯದ ಹಾಗೆ ಎಲ್ಲವೂ ಮೆಸ್ಸಿ. ಬೀದಿ ಜಗಳದೊಂದಿಗೆ ಯಾರ ಮನೆಯದ್ದೋ ಸಂಗೀತಪಾಠದ 'ಸರಿಗಮ' ಸೇರಿ ವಿಚಿತ್ರ ಭಾವ. ಮಳೆಯಲ್ಲಿ ನೆಂದ ಚಂದದ ಹೂಗಳು ದಾರಿಹೋಕರನ್ನು ಜಾರಿಸುತ್ತ ಆಟವಾಡಿಸುತ್ತಿವೆ. ಚರಂಡಿಯಾದ ರಸ್ತೆಯೋ, ಚರಂಡಿಯೇ ರಸ್ತೆಯೋ?

ಈಗಿಲ್ಲಿ ಎಲ್ಲವೂ ಮೆಸ್ಸಿ! ವರ್ಷಕ್ಕೊಮ್ಮೆ ಬೀದಿಗೆ ಕಾಲಿಡುತ್ತಿದ್ದ 'ಉತ್ಸವ ಮೂರ್ತಿಗಳು' ದಿನಕ್ಕೊಂದು ಕಡೆ ಮೈದುಂಬುತ್ತಿವೆ. ಯಾರ ಮೇಲೆ, ಎಲ್ಲಿ, ಯಾವಾಗ ನುಗ್ಗಿ ಬರುತ್ತವೋ? ಓಡಬೇಕೋ, ನಿಂತು ನೋಡಬೇಕೋ, ತಪ್ಪಿಸಿಕೊಳ್ಳಬೇಕೋ ಅರ್ಥವಾಗುತ್ತಿಲ್ಲ. ಹೊಸ ದಿರಿಸು ತೊಟ್ಟ ಭಾರೀ ಮಾಲ್‌ಗಳ ನಡುವೆ ಪುಟ್ಟ ಅಂಗಡಿಯನ್ನು ಹುಡುಕುತ್ತಿರುವ ಒಬ್ಬ ಹುಚ್ಚು ಮುದುಕ!

ಈಗಿಲ್ಲಿ ಎಲ್ಲವೂ ಮೆಸ್ಸಿ! ಬೀದಿ ದೀಪಗಳು ದಿನಕ್ಕೊಂದು ಬಣ್ಣ ತಳೆದು ಯಾವುದನ್ನೋ ಹೊಳೆಸುತ್ತವೆ, ಮತ್ತಾವುದನ್ನೋ ಮರೆಮಾಡುತ್ತವೆ. ನಿನ್ನೆ ತಾನೇ ಆ ಮೂಲೆಯಲ್ಲಿ ಮರವಿತ್ತಲ್ಲ?! ಓಹ್, ಎಲ್ಲವೂ ಅಯೋಮಯ. ರೇಷ್ಮೆ ನಯದ ಕೂದಲಿನವಳು 'ನನಗೊಂದು ಮೆಸ್ಸಿ ಬನ್ ಹಾಕಿ' ಎನ್ನುತ್ತಾ ಪಾರ್ಲರ್ ಕನ್ನಡಿಯನ್ನು ನೋಡುತ್ತಾಳೆ.

(ಮೆಸ್ಸಿ: ಗೋಜಲು, ಗೊಂದಲ)

ಸುಕ್ಕಿನೊಳಗೊಂದು ಸುಕ್ಕು!

ಕನ್ನಡಿಯ ಮುಂದೆ ಕೂತು, ಹಣೆಯ ಮೇಲಿನ ಸುಕ್ಕುಗಳನ್ನು ಎಣಿಸುತ್ತಿದ್ದಾಳೆ. 'ನಿನಗೆ ವಯಸ್ಸಾಯಿತು ಬಿಡು' ಎಂದಿದ್ದು ಅವಳೋ ಕನ್ನಡಿಯೋ? ಸುಕ್ಕುಗಟ್ಟುತ್ತಿರುವುದು ಚರ್ಮವೋ, ಮನಸ್ಸೋ? ಸುಕ್ಕಿನ ಸಿಕ್ಕಿನಲ್ಲಿರುವುದಾದರೂ ಏನು? ಹುಬ್ಬೇರಿಸುವಷ್ಟು ಕೂದಲು ಈಗ ಹುಬ್ಬಿನಲ್ಲೂ ಇಲ್ಲ.

ಎಷ್ಟು ನಲಿವುಗಳು ಅಲ್ಲಿ ಸೇರಿರಬಹುದು? ಹಣೆಯೊಂದು 'ಆ್ಯಪ್ಲಿಕ್ ವರ್ಕ್', ಕೆಲವೊಮ್ಮೆ ಚಿಂದಿ ಹೊಲಿದ ಚಂದದ ಕೌದಿ. ಸೂಜಿ ಹಿಡಿದ ಬೆರಳು, ಸುರಿದ ಬೆವರು ಎಲ್ಲವೂ ಮರೆಯಾಗಿ ಮೂಡಿದೊಂದು ಚಿತ್ರ! ಎಷ್ಟು ನೋವುಗಳು ಅಲ್ಲಿ ಸೇರಿರಬಹುದು? ಕುಕ್ಕರ್ ಸಿಡಿದು ಮೂಡಿದ ಒಂದು ಉದ್ದ ಗೆರೆಯಂದರಷ್ಟೇ ಸಾಕೆ?!

ಬೀದಿಯ ಸಂಕಟವೊಂದು ಹಣೆಯ ಸುಕ್ಕಾಗಿ ಬಿಡುವ ವಿಚಿತ್ರ ಗೊಂದಲ! ಯಾರದ್ದೋ ಮನೆಯೆದುರು ಚೆಲ್ಲಿರುವ ಆರತಿಯ ನೀರು ನೆತ್ತರಾಗುತ್ತಿದೆಯೋ ಅಥವಾ ಇಲ್ಲಿ ನೆತ್ತರಿಗೆ ಆರತಿಯೆತ್ತುತ್ತಿದ್ದಾರೋ!

ಸುಕ್ಕಿನೊಳಗೊಂದು ಸುಕ್ಕು ಮೂಡುತ್ತದೆ!

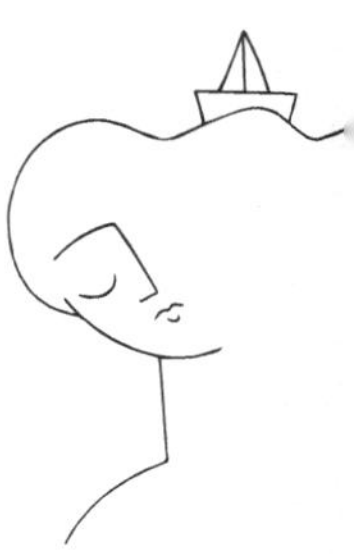

ಬೆಳಕ ಹನಿಯೊಂದನ್ನು ಚುಮುಕಿಸಿ ಬಿಡಿ

ಅದು ಎಲ್ಲಿ, ಹೇಗೆ ಬಿದ್ದೀತೆಂದು ತಲೆಕೆಡಿಸಿಕೊಳ್ಳಬೇಡಿ. ತಮ್ಮ ಅಸ್ತಿತ್ವದ ಅರಿವಿರದವರೂ ಹಿಡಿಯಲು ಬೊಗಸೆಯೊಡ್ಡಬಹುದು. ಬೆಳಕೆಂದೂ ಅಲ್ಲೇ ನಿಲ್ಲುವುದಿಲ್ಲ, ಪಯಣವೊಂದೇ ಗುರಿ. ನೆಲವನ್ನು ಮಿಂಚಿಸುವ ನಕ್ಷತ್ರಗಳು ಹಳೆಯವೋ, ಹೊಸವೊ? ಬದುಕಿವೆಯೋ, ಇಲ್ಲವೋ? ಹೇಳುವವರಾರು? ಬಿತ್ತಿದ್ದು ಮಾತ್ರ ಬೆಳಕನ್ನು!

ಸುಗಂಧದದ ಸುವಾಸನೆಯ ಸೂಸಿಬಿಡಿ

ಯಾರ ಉಸಿರಿಗೆ, ಹೇಗೆ ಕಂಪು ತುಂಬೀತೆಂದು ತಲೆಕೆಡಿಸಿಕೊಳ್ಳಬೇಡಿ. ಯಾರು ಹಬ್ಬಿಸಿದ ದುರ್ವಾಸನೆಯ ಹೇಗೆ ತೊಲಗಿಸುವುದೋ? ಪರಿಮಳದ ಪಥದಲ್ಲಿ ನಡೆವವರು ಯಾರೋ? ಹರಡುವುದಷ್ಟೇ ಗುರಿ. ಕಂಪು ಚೆಲ್ಲಿದ ಹೂ ಬೀಜವಾಯಿತೋ, ಮಣ್ಣಾಯಿತೋ? ಹೇಳುವವರಾರು? ಹರಡಿದ್ದು ಮಾತ್ರ ಸುವಾಸನೆಯನ್ನು!

ಒಲುಮೆ ಹಾಡೊಂದನ್ನು ಹಾಡಿಬಿಡಿ

ಯಾರ ಎದೆಗೆ, ಎಂದು, ಹೇಗೆ ಇಳಿದೀತೆಂದು ತಲೆಕೆಡಿಸಿಕೊಳ್ಳಬೇಡಿ. ಯಾರ ಒಳಗಿನ ಉರಿಯ ಹೇಗೆ ನಂದಿಸುವುದೋ? ಯಾರು ಹಾಡಿನ ಜೊತೆ ಒಡಗೂಡುವರೋ? ಒಳಗಿಳಿಯುವುದಷ್ಟೇ ಗುರಿ. ಹಾಡಿದವರಾರೋ, ಬರೆದವರಾರೋ? ಇಳಿಸಿದ್ದು ಮಾತ್ರ ಒಲುಮೆಯನ್ನು!

ಇಲ್ಲಿ ಕತ್ತೆಸೆದರೂ ಮತ್ತೆಲ್ಲೋ ಚಿಗಿವ...

ಹೊನ್ನಾವರಿಕೆಯಾಗುವುದು ಸುಲಭವಲ್ಲ. ಬೀಜ ಬಿದ್ದ ನೆಲದ ಹದವೇನೆಂದು ತಿಳಿಯುವುದಿಲ್ಲ, ಮೊಳಕೆಗೊಂದು ಮಳೆ ಹನಿ ಸೋಕೀತೆಂಬ ಖಾತ್ರಿಯಿಲ್ಲ. ಸುತ್ತ ಪಾತಿ ಮಾಡುವುದಿಲ್ಲ, ಗೊಬ್ಬರ ಹಾಕುವುದಿಲ್ಲ, ಆಡು, ಕುರಿಗಳ ಬಾಯಿಗೆ ಬೀಳದಂತೆ ಬೇಲಿ ಕಟ್ಟುವುದಿಲ್ಲ. 'ಬೆಳೆಸುವ' ನಿಮ್ಮ ನೀತಿ ನಿಯಮಗಳಿಗೆ ಅದೆಂದೂ ಒಗ್ಗಿಕೊಳ್ಳುವುದು ಇಲ್ಲ.

ಪಾರಿಜಾತದಂತೆ ಪೌರಾಣಿಕವೋ ಮಲ್ಲಿಗೆಯಂತೆ ಮಹಾಕಾವ್ಯವೋ ಅಲ್ಲ. ಸಂಪಿಗೆಯ ಕಂಪಿನಂತೆ ನಾಸಿಕವ ನಂಬಿಸುವುದಿಲ್ಲ. ತನ್ನ ಗೊಂಚಲ ಮಿಂಚುಮರಿಗಳ ಮರೆಮಾಡಿ ಬೆಳಗುವ ಸೂರ್ಯತನವಿಲ್ಲ. ಇಲ್ಲಿ ಕಿತ್ತೆಸೆದರೂ ಮತ್ತೆಲ್ಲೋ 'ಚಿಗಿವ', 'ಆವರಿಸುವ' ಆಮರಿಕೆಯಿಂದ ನೀವು ತಪ್ಪಿಸಿಕೊಳ್ಳಲಾಗುವುದಿಲ್ಲ.

ಈ ಹೂವಿಗೆ ನಿಮ್ಮ 'ಉರಿ' ಉರಿದೇ ಬೀಳಿಸುವ ಪ್ರಖರತೆ, ಒಂಟಿ ಮಾಡಿದಷ್ಟು ಗುಂಪಾಗುವ ಛಲ, ಪ್ರತಿ 'ಕತ್ತಿಮಾತಿ'ಗೂ ಪಚ್ಚೆ ಬೆಳಗು. ಈ ಹಸಿರು ಹೊನ್ನನ್ನು 'ಹಳದಿ' ಕಣ್ಣಲ್ಲಿ ಕಂಡರೆ ಕಾಂಡ, ಎಲೆ, ಹೂ, ಗೊಂಚಲಿಗೆ ವ್ಯತ್ಯಾಸ ಕಾಣುವುದಿಲ್ಲ!

(ಹೊನ್ನಾವರಿಕೆ: ಬಯಲು ಸೀಮೆಯಲ್ಲಿ ಬೆಳೆವ ಹಳದಿ ಹೂ)

ಬುಟ್ಟಿಯಲ್ಲಿ ಬರೀ ಹೂ!

ಹೊತ್ತ ಬುಟ್ಟಿಯೊಂದು ಪರಿಮಳದ ಪಾತ್ರೆ, ಮುಖವಂತೂ ಥೇಟ್ ಹೂವೆ! ಕೆನ್ನೆ ಕೆಂಪು ಕಣಗಿಲೆ, ನಗುವನ್ನು ನಿಮ್ಮಿಷ್ಟದ ಹೂವಿಗೆ ಹೋಲಿಸಿಕೊಳ್ಳಿ. ಬದುಕು ಹೂವೆತ್ತಿದಷ್ಟೇ ಸಲೀಸೆಂದು ನೀವಂದುಕೊಂಡರೆ ಅವಳ ತಪ್ಪಲ್ಲ. ಬಣ್ಣಬಣ್ಣ ಇಣುಕಿ ನಗುವ ಬುಟ್ಟಿಯಡಿಯಲ್ಲೇನಿದೆ ಎಂದು ನಿಮಗೆ ಗೊತ್ತೇ ಇಲ್ಲ, ಗೊತ್ತಿದ್ದರೂ ಬೇಕಿಲ್ಲ.

ಬಾಡಿದ ದಳಗಳ ಕಿತ್ತು ಅಲ್ಲವಳು ಬಚ್ಚಿಟ್ಟಿದ್ದಾಳೆ. ಕೊಳೆತ ಎಲೆಗಳನ್ನು ಕೂಡ! ಸಿಬಿರೆದ್ದ ಬೆರಳ ಬುಟ್ಟಿ ಹರಿಸಿದ ನೆತ್ತರಿಗೆ ಲೆಕ್ಕವೂ ಇಲ್ಲ. ಬಿದಿರು ಬಿಚ್ಚಿ ಸೋರಿಯೇ ಹೋಗಿರುವ ಹೂಗನಸು. ಮುತ್ತುಗದ ಎಲೆಯೊಂದು ಕಸ ಕಡ್ಡಿಗಳಿಗೆ ಹಸಿರು ಹೊಚ್ಚಿದೆ. ಪರಿಮಳದ ಪಾತ್ರೆಯ ತಳ ಬಿರಿದಿದೆ! ಏನೋ ಇಟ್ಟಿದ್ದೇನೆಂದು ತಡಕಿ ಮತ್ತೇನೋ ಸಿಕ್ಕುವ ಅವಳ ಬುಟ್ಟಿಯೊಂದು ನಿಗೂಢ. ಅವಳೇ ಹೂ ಬುಟ್ಟಿಯೊ, ಹೂ ಬುಟ್ಟಿಯೇ ಅವಳೋ ಎನ್ನುವ ಗೊಂದಲ.

ಅವಳು ಮಾತ್ರ ಬುಟ್ಟಿಯಲ್ಲಿ ಬರೀ ಹೂ ತುಂಬಿದೆಯೆನ್ನುವಂತೆ ನಡೆಯುತ್ತಾಳೆ!

ಹಗಲಲ್ಲಿ ಹಾರಿದ ಕವಿತೆಗೆ ಅರ್ಪಣೆ!

ಬೆಳಗಿನ ಚಹಾದಲ್ಲಿ ಕುದಿಯುವ ಕವಿತೆ, ಶೋಧಿಸುವ ಹೊತ್ತಿಗೆ
ಬಣ್ಣ ಕಳೆದುಕೊಳ್ಳುತ್ತದೆ. ಗೋಧಿಹಿಟ್ಟಿನಲ್ಲಿ ಮುದ್ದೆಯಾಗಿ ಒಲೆಯ
ಮೇಲೆ ತನ್ನನ್ನೇ ತಾನು ಸುಟ್ಟುಕೊಳ್ಳುತ್ತದೆ. ಪಾತ್ರೆ ತೊಳೆವಾಗ
ನಲ್ಲಿಯ ನೀರಿನೊಂದಿಗೆ ಹರಿಯುತ್ತದೆ. ಕಸಪೊರಕೆಯ
ಕಡ್ಡಿಗಳಲ್ಲಿ ಸೇರಿ, ಬಿಡಿಸಹೋದರೆ ಮುರಿದೇ ಹೋಗುತ್ತದೆ.
ಒದ್ದೆ ಬಟ್ಟೆಯಾಗಿದ್ದದ್ದು ಬಿಸಿಲಲ್ಲಿ ಒಣಗಿ, ಅನ್ನ ಬಡಿಸುವಾಗ
ಹಬೆಯಾಗಿ ಕಣ್ಮರೆಯಾಗುತ್ತದೆ.

ಒಬ್ಬಳೇ ಕುಳಿತಾಗ ನೊಣದಂತೆ ಮುಖಕ್ಕೆ ಮುತ್ತುತ್ತದೆ.
ಓಡಿಸಿದರೂ ಓಡುವುದಿಲ್ಲ, ಕೆನ್ನೆ, ಕಣ್ಣು, ಬಾಯಿ, ಮೂಗು,
ಮೈಮೇಲೆಲ್ಲಾ ಹರಿಯುತ್ತ ಹುಚ್ಚು ಹಿಡಿಸಲು ಶುರು ಮಾಡುತ್ತದೆ.
ಗೋಡೆಯ ಮೇಲೆ ಅತ್ತಿಂದಿತ್ತ ಇತ್ತಿಂದತ್ತ ನೆಗೆಯುತ್ತದೆ.
ಹತ್ತಿರವಿದ್ದ ಸುದ್ದಿಪತ್ರಿಕೆಯನ್ನು ಸುರುಳಿ ಸುತ್ತಿ ಹೊಡೆದುರುಳಿಸಲು
ನೋಡುತ್ತಾಳೆ. ಇನ್ನೇನು ಸತ್ತೇ ಹೋಯಿತು ಎನ್ನುವಷ್ಟರಲ್ಲಿ
ಮತ್ತೆಲ್ಲೋ ಗುಂಯ್ಗುಡುತ್ತದೆ. ಸೋತು ಕೈಚೆಲ್ಲಿ ಕಣ್ಮುಚ್ಚುತ್ತಾಳೆ.
ತೆರೆದ ಕಿಟಕಿಯಿಂದಾಚೆ ಹಾರಿ ಹೋದಂತೆನಿಸಿ ಎದ್ದು ನಿಲ್ಲುತ್ತಾಳೆ!

ತನ್ನಿಂದ ಅದೇನು ತಪ್ಪಿಸಿಕೊಂಡಿತೋ ಅಥವಾ ತಾನೇ
ಸಾಯಿಸಿಬಿಟ್ಟಳೋ ಅರಿವಾಗುತ್ತಿಲ್ಲ!

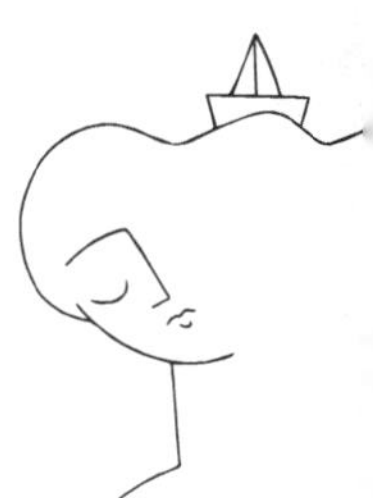

ಈ ರಸ್ತೆ

ಎಲ್ಲೋ ಬಿದ್ದ ಕ್ಷಿಪಣಿ, ಉರುಳಿದ ಕಟ್ಟಡ, ಮನೆ ಮಠ
ಕಳಕೊಂಡ ಮಂದಿ, ವಲಸೆ ಹೊರಟವರ ಗೋಳು
ಯಾವುದೂ ಈ ರಸ್ತೆಗೆ ತಾಗುವುದಿಲ್ಲ. ಉದುರಿದ ಉಲ್ಕೆ,
ನಕ್ಷತ್ರವನ್ನೇ ನುಂಗಿದ ಕೃಷ್ಣ ಕುಳಿ, ಬಾಲ ಬಿಚ್ಚಿದ ಧೂಮಕೇತು
ಬರಿಯ ಸುದ್ದಿಗಳಷ್ಟೇ. ಈ ರಸ್ತೆ ಯಾವತ್ತೂ ಬದಲಾಗಿಲ್ಲ.

ಹೂ ಮಾರುವವರ ನಡುವೆ ಗೋಡೆಗಟ್ಟುವ ಮರದಲ್ಲೀಗ
ಬರಿಯ 'ಕೆಂಡ ಸಂಪಿಗೆ'! ಪ್ರಾರ್ಥನೆಯ ಪದಗಳು ಡಿಕ್ಕಿ
ಹೊಡೆದು ಕೆಳಗುರುಳಿ ತಲೆಯ ಮೇಲೆ ಸೆರಗು ಹೊದ್ದವರೋ
ಹೊದೆಯದವರೋ ಎಲ್ಲರೂ ಕಕ್ಕಾಬಿಕ್ಕಿ. ಈ ರಸ್ತೆ ಯಾವತ್ತೂ
ಬದಲಾಗಿಲ್ಲ.

ಪದಕ್ಕೆ ಪದ, ದನಿಗೆ ದನಿ ಬಡಿದು ಎಂಥ ಸಾವಿನ ಆಟ!
ವ್ಯಂಗ್ಯ, ಮೊನಚು, ವಿಡಂಬನೆಯ ಕತ್ತಿಗಳಿಗೆ ನಿರಂತರ
ಸಾಣೆ! ಗೋಂದಿನಲ್ಲಿ ಸಿಕ್ಕಿ ನರಳುತ್ತಿರುವ ಚೂರುಗಳು.
ಒಂದಕ್ಕೊಂದು ಬೆರೆಯದೇ ಹೋದ ಹೋಳಿಯ ಬಣ್ಣ.

ಈ ರಸ್ತೆ ಉಸಿರಾಡುತ್ತಿದೆಯೇ?

ಬುಗ್ಗೆಯೇಳುತ್ತಾಳೆ!

ಬಿಂದಾಸ್ ಪ್ರವಾಸ ಹೊರಟ ಮೋಡ, ಪಥವನ್ನೇ ಬದಲಿಸಿರುವ ಉಲ್ಕೆ. ಗಾಳಿಯ ಜೊತೆಜೊತೆಗೆ ಎಲೆಯೊಂದರ ಕುಣಿತ. ಆಗಸದ ಸೂರಿನ ಹಂಗಿಲ್ಲದ ನಕ್ಷತ್ರಗಳು. ಬೇಲಿಯ ಮೇಲೆ ಹರಟೆ ಕೊಚ್ಚುತ್ತಿರುವ ಮಿಂಚುಹುಳುಗಳು.

ಅವಳು ಮಾತ್ರ ಅದೇ ರಸ್ತೆಯಲ್ಲಿ, ಅದದನ್ನೇ ತುಂಬಿಕೊಳ್ಳುತ್ತಿರುವ ಕಸದಬುಟ್ಟಿ! ಬೀದಿದೀಪಗಳ ಮಂಕು ಮಾಡುತ್ತಿರುವ ಮಂಜು. ತೆಳುವಾಗುತ್ತಿರುವ ಕನಸು. ಕಾಲೆಳೆಯುತ್ತಿರುವ ಕಾಲ. ಹರೆಯದ ಕಾವು ಕಳೆದುಕೊಂಡ ಕೋಣೆ. ಗುಂಗುರು ಗುಂಗುರಾಗಿ ತೊಡರಿಸುವ ಸೀಮೆಬದನೆ ಬಳ್ಳಿಯಂಥ ಸಂಬಂಧಗಳು. ಬರೆಯುವಾಗ ಪದಗಳು ಕುಸಿಯುತ್ತವೆ.

ತನ್ನೊಳಗಿನ ನದಿಯನ್ನು ಮರೆತಿದ್ದವಳು ಇದ್ದಕ್ಕಿದ್ದಂತೆ ಬುಗ್ಗೆಯೇಳುತ್ತಾಳೆ. ಇಂಕಿನಂತೆ ಕೊಡವಿದ ಅಕ್ಷರಗಳು ಚಿತ್ತಾರಗೊಳ್ಳುತ್ತವೆ. ಕೋಣೆಯಲ್ಲಿ ತೂಗಿದ ಬಲ್ಬುಗಳು ಕತ್ತಲಿಗೆ ಮುತ್ತಿಕ್ಕಿ ವಿದಾಯ ಹೇಳುತ್ತವೆ!

ಉದುರಿದ ಪದಗಳನ್ನು ಅಂಟಿಸಲಾಗುವುದಿಲ್ಲ!

'ಪದಗಳೆಂದರೆ' ಮರದಿಂದ ಉದುರಿದ ಎಲೆಗಳು. ಕೆಲವು ಕಾಲ್ತುಳಿತಕ್ಕೆ ನರಳಿದರೂ ಮಣ್ಣಾಗುತ್ತವೆ. ರಕ್ತಮಾಂಸ ಕಳಕೊಂಡ ಎಲುಬಿನ ಗೂಡಾಗಿ, ಯಾರದ್ದೋ ಕೈಯಲ್ಲಿ ವಿನ್ಯಾಸವಾಗುತ್ತವೆ. ಊಟದ ಎಲೆಗಳಾಗುತ್ತವೆ. ನೆಲದ ನೀರು ಆರದಂತೆ ತಡಿಕೆ ಹೊದಿಸಿ, ಪುಷ್ಟಿ ನೀಡುತ್ತವೆ. ಯಾರದ್ದೋ ಮನೆಯ ಸೂರಾಗಿ, ತಂಗಾಳಿ ಬೀಸುತ್ತವೆ. ಈ 'ಪದಗಳು' ಪದಗಳಲ್ಲ, ಹಾಡುಗಳು.

ಬೆಂಕಿ ಎಲೆಗಳಂಥ ಮತ್ತಷ್ಟು ಪದಗಳು ಎಲ್ಲೋ ಹಾರಿ, ಹೊತ್ತಿ ಉರಿಯುತ್ತವೆ. ಸುಳಿಗಾಳಿಯಂತೆ ಸುತ್ತುತ್ತ ಸಿಕ್ಕಿದ್ದನ್ನೆಲ್ಲ ಎತ್ತೊಯ್ಯುತ್ತವೆ. ಕಕ್ಕುವ, ಕನಲುವ ನಂಜೇರಿದವೆಲ್ಲ ಬೆಂಕಿ ಕಂಡ ಕಡೆ ಆಜ್ಯವಾಗಿ ಮುಗಿಲಿಗೇರುವ ಹೊಗೆ! ಪಾದಗಳೇ ಇರದ ಪದಗಳು!

ಉದುರಿದ ಪದಗಳನ್ನು ಹಿಂತೆಗೆದು ಅಂಟಿಸಲಾಗುವುದಿಲ್ಲ!

ಮನೆಯೇ ಮರೆಯಾಗುತ್ತಿದೆಯೇ?

ಮನೆಯ ಚಿತ್ರಕ್ಕೊಂದು ಕಟ್ಟು ಹಾಕಿಸಿ ಎದುರಿಗೆ ಕಾಣುವಂತೆ ಅವಳು ನೇತು ಹಾಕಿದ್ದಾಳೆ. ಈ ಮನೆ ಬೀಳುವುದಿಲ್ಲ. ಗೋಡೆಯ ಮಣ್ಣು ಉದುರುವುದಿಲ್ಲ, ಅಂಗಳವನ್ನೇ ನುಂಗುವ ಹುಚ್ಚು ಬಳ್ಳಿ ಹಬ್ಬುವುದಿಲ್ಲ, ಉನ್ಮಾದಿಗಳು ಹೆಂಚು ಹತ್ತಿ ಹಾರಾಡುವುದಿಲ್ಲ, ಕಿಟಕಿ ಕಟ್ಟುಗಳ ಕಿತ್ತು ಹಾಕುವುದಿಲ್ಲ. ತಮಾಷೆ ನೋಡಲು ಚಿಪ್ಪು ಮಟ್ಟೆಗಳಿಗೆ ಬೆಂಕಿಯಿಟ್ಟು ಮನೆಯನ್ನೇ ಸುಡುವುದಿಲ್ಲ. ರಸ್ತೆಯಲ್ಲಿನ ವೇಷಗಾರರು ಜಗುಲಿ ಹತ್ತಿ ಕುಣಿಯುವುದಿಲ್ಲ. ಸುಳ್ಳಿನ ತೋರಣಗಳ ಕಟ್ಟುವುದಿಲ್ಲ.

ಆದರೂ ಎದೆಯೊಳಗೆ ಮನೆ ಚೌ'ಕಟ್ಟು' ಮೀರುತ್ತದೆ. ಕಿಟಕಿ ತೆರೆದರೆ ಮಲ್ಲಿಗೆಯೊಂದಿಗೆ ಬೆರೆತ ಸಂಪಿಗೆಯ ಘಮ. ಕಾದಾಡದ ಎಮ್ಮೆ, ಹಸುಗಳು. ಜಗುಲಿಯ ಗೂಡಿನಲ್ಲೊಂದು ಬೆಳಕಿನ ದೀಪ. ಅಂಗಳದ ಆಕಾಶ ತೆರೆದ ಚುಕ್ಕಿ ಗಡಣ. ಆರದ ಅಡುಗೆಮನೆ ಒಲೆಯ ಬೆಂಕಿ. ಬೆಚ್ಚಗಿನ ಹಂಡೆಯ ನೀರು, ಗಂಜಲ ಹೀರಿ ಬೆಳೆದ ಪರಿಮಳದ ಹಿತ್ತಲು. ಈ ಮನೆಗೂ ಕೊಂಬೆ ಚಾಚಿದ ನೆರೆಯ ದಾಸವಾಳ!

ಯಾವುದು 'ಕಟ್ಟು' ಹಾಕಿರುವ ಮನೆ? ಯಾವುದು 'ಕಟ್ಟಿಲ್ಲದ' ಮನೆ? ಚಣಕ್ಕೊಮ್ಮೆ ಅಲ್ಲಿಂದಿಲ್ಲಿಗೆ ಇಲ್ಲಿಂದಲ್ಲಿಗೆ ಓಡಾಡುತ್ತ ಮನೆಯ ದಾರಿ ಮರೆತು ಹೋಗುತ್ತಿದೆಯೇ ಅಥವಾ ಮನೆಯೇ ಮರೆಯಾಗುತ್ತಿದೆಯೇ?

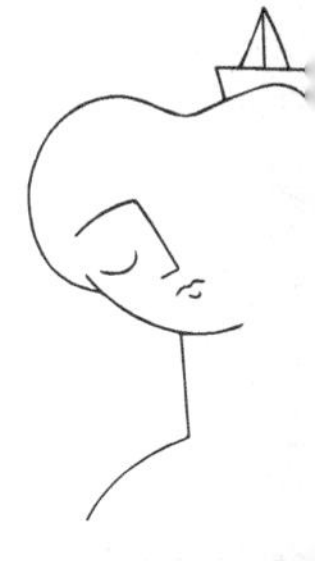

'ಚೌಡಿ'ಯಾಗುವವರೆಗೂ...

ಅವಳು ಬಯಲು ಸೀಮೆಯ ನದಿ. ಹರಿಯುವವರೆಗೂ ನದಿಯೆಂದೇ ಅರಿವಾಗುವುದಿಲ್ಲ. ಉಕ್ಕುವವರೆಗೂ 'ಮೈದುಂಬು' ಎನ್ನುವ ಪದವೇ ಅಪರಿಚಿತ. ಬಾವಿ, ಕಟ್ಟೆ, ತಲಪರಿಗೆಗಳಿಗೆ ಸದ್ದಿಲ್ಲದೇ ನೀರು ತುಂಬಿದ್ದರೂ ಇಂಗಿದ ಭಾವ. ನೂರು ಪುರಾಣದ ಕತೆಗಳನ್ನು ಕಟ್ಟಿಕೊಂಡೇ ಕಟ್ಟೆಯ ಬಳಿ ಕೂರುತ್ತಾಳೆ.

ತನ್ನೊಳಗಿಗೆ ಸದಾ ಇರಿವ ಜಾಲಿ ಪೊದೆ, ಕುಸಿಯುತ್ತಿರುವ ಬೆಟ್ಟಸಾಲು. ಆಗೀಗ ಧುಮ್ಮಿಕ್ಕುವುದು ಕೂಡ ಆತ್ಮಹತ್ಯೆಯಂತೆ ಭಾಸವಾಗುತ್ತದೆ. ಸುತ್ತಲಿನ ಕಳ್ಳಿಗಿಡದ ಎಲೆಗಳು ಮುರಿದು ಕಾಮನಬಿಲ್ಲಿನ ಬಣ್ಣಗಳು ಏಳುತ್ತವೆ. 'ಭರ್ರೋ' ಎಂದು ಕೂಗಿದರೂ ಕಿವುಡಾಗಿರುವ ಜನಕ್ಕೆ ಬರಿಯ ಮರಳಿನ 'ಮರುಳು'!

ಗುಂಡಿಗೊಟರಿನಲ್ಲೇ ಗೊರಗೊರ ಉಸಿರಾಟ. ಗದ್ದೆಯ ಮೇಲಿನ ಗಾಳಿ ಪರಿಮಳವನ್ನೇ ಮರೆತು 'ಹಂಸ' ಹಾರಿಹೋಗಿದೆ! ವಿಳ್ಳೇದೆಲೆ ಬಳ್ಳಿಗಳು ಕಾಲನ್ನೇ ಕಟ್ಟಿ, ತಲೆಯ ಮೇಲೆ ಬೀಳುತ್ತಿರುವ ತೆಂಗು!

'ಚೌಡಿ'ಯಾಗುವವರೆಗೂ 'ಚೌಡೇಶ್ವರಿ' ಬರಿಯ ದೇಗುಲದೊಳಗಿನ ಕಲ್ಲು!

ಬಿದ್ದಲ್ಲೇ ಮೊಳಕೆಯೊಡೆಯುತ್ತಿವೆ!

ಕವಿತೆ ಸೂಕ್ಷ್ಮಗಳನ್ನು ಕಳೆದುಕೊಂಡಿದೆಯೋ ಏನೋ, ಬರೆದದ್ದು ಗದ್ಯವಾಗುತ್ತಿದೆ ಅಥವಾ ಇದು ಕವಿತೆಗಳಿಗೆ ಕಾಲವಲ್ಲವೇ ಅಲ್ಲ! 'ಹಿತ ಮಿತ ಮೃದುವಚನ'ರನ್ನು ಹೀಗಳೆಯುತ್ತಿದ್ದೇವೆ. ರೊಚ್ಚು, ಆವೇಶದ ಕುಣಿತಗಳೇ ಜೀವಾಳವಾಗುತ್ತಿವೆ. ಸೋಜಿಗದ ಸೂಜು ಮಲ್ಲಿಗೆ, ದುಂಡು ಮಲ್ಲಿಗೆಗಳು ತಮ್ಮ ಪರಿಮಳವನ್ನೇ ಮರೆತು ಹುಲಿಯಂತೆ ಕುಣಿಯುತ್ತಿವೆ. ಮಳೆ ನೆತ್ತರಲ್ಲಿ ತೋಯುತ್ತಿದೆ.

ಹಸಿರಲ್ಲಿ ಕೆಂಡ ನೋಟವನ್ನು ಬೀರುತ್ತಿದ್ದ ದಾಸವಾಳಗಳು ಮೈ ಮುದುರಿ ಈಗ ನೆಲಕ್ಕಂಟಿಕೊಂಡಿವೆ. ಚಪ್ಪಲಿಗಳು ಯಾರನ್ನು, ಯಾವಾಗ ತಡವಬೇಕು ಎಂಬುದನ್ನು ಚರ್ಚಿಸುತ್ತಿವೆ. ಹಾದಿಯುದ್ದಕ್ಕೂ ಇಲಿಯನ್ನು ಹಿಡಿಯುವುದಕ್ಕೆ ಕಾರಿನಡಿಯಲ್ಲಿ ಕಾದು ಕುಳಿತ ಬೆಕ್ಕುಗಳು! ಇದೇನು 'ಟಾಮ್ ಮತ್ತು ಜೆರ್ರಿ' ಆಟವಲ್ಲ. ಸಿಕ್ಕಿದ್ದನ್ನು ಸೀಳುವುದಷ್ಟೇ ಕೆಲಸ.

ಮೈಮೇಲೆ ಒರಗಿರುವ ಗಾಳಿಗೆ ಅಪರಿಚಿತ ವಾಸನೆ. ಬಹುಶಃ ನಡೆಯಬೇಕಾದ ಹಾದಿಯನ್ನೇ ತಪ್ಪಿದೆನೋ ಎನ್ನುವ ಆತಂಕದಲ್ಲಿ ರಸ್ತೆ ಖಾತ್ರಿ ಪಡಿಸಿಕೊಳ್ಳುತ್ತೇನೆ. ಹಕ್ಕಿಯ ಕೊಕ್ಕಿನಷ್ಟು ಚುರುಕಾಗಿದ್ದ ಕವಿತೆ ಅರುಚಿಗಳ ನಡುವೆ ಮೊಂಡಾಗಿದೆ. 'ಧ್ವನಿ' ಸತ್ತು ಎಲ್ಲವೂ ವಾಚ್ಯವೇ. ಪದಗಳಿಗೆ ಚೇಳು ಕಚ್ಚಿ ವಾಕ್ಯಗಳು ವಿಷವೇರಿಸಿಕೊಂಡಿವೆ.

ಅವಳ 'ಕಾವ್ಯತೆನೆಗಳ' ಹೊಲ ಬಿರುಮಳೆಗೆ ನೆಲ ಕಚ್ಚಿದ್ದರೂ ಬಿದ್ದಲ್ಲೇ ಮೊಳಕೆಯೊಡೆಯುತ್ತಿವೆ!

ಅವಳ ಬಣ್ಣಗನಸೊಂದು ಹಾರಿ ಹೋಗಿದೆ, ಹುಡುಕಿಕೊಡಿ.

ಬಣ್ಣಬಣ್ಣದ ಕಾಗದಗಳ ಬಾಲಂಗೋಚಿ ಕಟ್ಟಿ ಹಾರಲು ಬಿಟ್ಟವಳು.
ಸೂತ್ರಧಾರಿಯೆಂದು ಬೀಗಿದವಳು, ದಾರ ಹಿಡಿದು ಹಿಂಬಾಲಿಸಿದವಳು,
ಓಡಿದವಳು ಅವಳೇ! ಅದ್ಯಾವಾಗ ದಾರ ಕಳಚಿಕೊಂಡಿತೋ
ಅರ್ಥವಾಗದೇ ತೊಳಲುತ್ತಿರುವವಳು ಅವಳೇ!

ಅವಳ ಬಣ್ಣಗನಸೊಂದು ಹಾರಿ ಹೋಗಿದೆ, ಹುಡುಕಿಕೊಡಿ.
ಕಾಮನ ಬಿಲ್ಲೇರಿ ಕುಳಿತಿದೆಯೋ? ಹೂವುಗಳೊಂದಿಗೆ
ಹರಟುತ್ತಿದೆಯೋ? ನಕ್ಷತ್ರಗಳ ಮಿಂಚನ್ನು ಮುಖಕ್ಕೆ
ಮೆತ್ತಿಕೊಳ್ಳುತ್ತಿದೆಯೋ? ಕೊಂಬೆಯಲ್ಲಿ ಜೀಕುತ್ತಿದೆಯೋ?
ಹಾರಿಸಿದವಳನ್ನೇ ಮರೆತು ತೇಲುತ್ತಿದೆಯೋ?

ಅವಳ ಬಣ್ಣಗನಸೊಂದು ಹಾರಿ ಹೋಗಿದೆ, ಹುಡುಕಿಕೊಡಿ.
ಅದೇನು ಕೊಚ್ಚೆಯಲ್ಲಿ ಕೊಚ್ಚಿಹೋಯಿತೋ, ವಿದ್ಯುತ್ ವೈರಿಗೆ
ಸಿಕ್ಕಿ ಚರಚರ ಎಂದಿತೋ? ಮಾತುಗಳ ವಿಷಮಳೆಗೆ ಸಿಕ್ಕಿ
ನಂಜೇರಿಸಿಕೊಂಡಿತೋ? ನಿಂತಲ್ಲೇ ನಿಂತು, ಕೊಳೆತು ಹಾರಾಟವನ್ನೇ
ಮರೆತಿತೋ? ಪ್ರೀತಿಯ ಬಣ್ಣವನ್ನೇ ನಿರಾಕರಿಸಿತೋ?

ಅವಳೀಗ ಬಣ್ಣದ ಬಾಲಂಗೋಚಿ ಮತ್ತೆ ಕಟ್ಟುತ್ತಿದ್ದಾಳೆ, ಹುಡುಕಬೇಡಿ

ಎಸೆಯಲು ಕಲ್ಲನ್ನು ಕೊಡಬೇಡಿ

ನಾನೀಗ ನನ್ನೊಳಗನ್ನು ನಿರುಕಿಸುತ್ತಿದ್ದೇನೆ. ನನ್ನಲ್ಲಿರುವುದು ನನ್ನದೇ ಎನ್ನುವುದಕ್ಕೆ ಯಾವ ಖಾತ್ರಿಯೂ ಇಲ್ಲ. ಇರುಳನ್ನು, ಹಗಲನ್ನು ಸರಿಸಮನಾಗಿ ನೋಡುವುದು ನನಗಿನ್ನೂ ತಿಳಿದಿಲ್ಲ. 'ಇರುಳು ಕತ್ತಲೆ ಗವಿ' ಎಂಬುದನ್ನು ತಲೆಯೊಳಗೆ ಕೂರಿಸಿಕೊಂಡಿದ್ದೇನೆ. ನಿಗೂಢ, ಅಪರಿಚಿತ, ಭಯಾನಕ ಎಂಬ ವಿಶೇಷಣಗಳ ಜೊತೆಯೇ ಇರುಳ ಪಯಣ ಸಾಗುತ್ತಿದೆ. ನಾನು ಹೊರಿಸುವ ಆರೋಪಗಳ ಅರಿವು ಇರುಳಿಗೆ ತಿಳಿದಿದೆಯೋ ಇಲ್ಲವೋ. ಹಾಗಾಗಿ ಎಸೆಯಲು ಕಲ್ಲನ್ನು ಕೊಡಬೇಡಿ.

ಚಿಕ್ಕವಳಿದ್ದಾಗ ನೆರೆಮನೆಯ ದಾಸವಾಳವನ್ನು ಕದಿಯುತ್ತಿದ್ದೆ, ಆಮೇಲೆ ಯಾರದ್ದೋ ತೋಟದ ಮಾವಿನಕಾಯಿ, ಅರಿವಿನ ಗುರುವನ್ನು ಹಿಂಬಾಲಿಸುತ್ತ ಪರರ ವಿಚಾರಗಳನ್ನು ನನ್ನದಾಗಿಸಿಕೊಂಡೆ. ಈಗದನ್ನು ಹೊಸ ರೀತಿಯಲ್ಲಿ ಬರೆದರೆ ಅವು ನನ್ನದಾಯಿತೇ? 'ಮುನ್ನ ಶತಕೋಟಿ ರಾಯರಾಳಿದ' ಭೂಮಿಯನ್ನು ತನ್ನದೆಂದುಕೊಂಡು ನಡೆದವರ ಸಾಲಿನಲ್ಲಿ ನಾನಿನ್ನೂ ನಡೆಯುತ್ತಿದ್ದೇನೆ. ದಯವಿಟ್ಟು ಎಸೆಯಲು ಕಲ್ಲನ್ನು ಕೊಡಬೇಡಿ.

ಹುಟ್ಟನ್ನು ಸಂಭ್ರಮಿಸಿದಷ್ಟೇ ಸಹಜವಾಗಿ ಸಾವಿನ ಎದುರು ನಿಲ್ಲಲಾಗಿಲ್ಲ. ಶಿಶಿರ ಉದುರಿಸಿದ ಎಲೆಗಳು ಎದೆಯನ್ನೇ ಚರಗುಟ್ಟಿಸುತ್ತಿವೆ. ವಸಂತದ ಬಣ್ಣ, ಬೆರಗು, ಮೆರುಗು ಯಾವುದೂ ಇಲ್ಲವೆಂದು ಶಿಶಿರವನ್ನು ವೃದ್ಧಾಪ್ಯಕ್ಕೆ, ಸಾವಿಗೆ ಸಂಕೇತವಾಗಿಸಿ ಕವಿತೆ ಬರೆಯುತ್ತಿದ್ದೇನೆ. ಶಿಶಿರ ಮಾತ್ರ ಎಲ್ಲರನ್ನು ನೋಡುವಂತೆ ನನ್ನನ್ನು ನೋಡುತ್ತಿದೆ. ಹಾಗಾಗಿ ಎಸೆಯಲು ಸದ್ಯ ಕಲ್ಲನ್ನು ಕೊಡಬೇಡಿ.

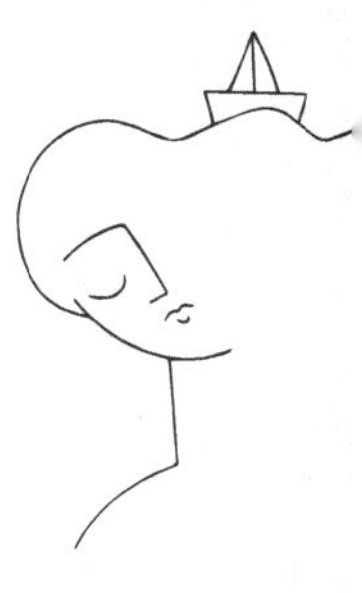

ಯಾವುದು ಪರಿಚಿತ? ಯಾವುದು ಅಪರಿಚಿತ?

ನಿನ್ನೆ ವಾಕಿಂಗ್ ಮಾಡುತ್ತ ಅಪರಿಚಿತ ರಸ್ತೆಗೆ ಹೆಜ್ಜೆಯಿಟ್ಟಿದ್ದೆ. ಕಾಲಡಿಯಲ್ಲಿ 'ಹೊಳೆ ದಾಸವಾಳ'ದ ಎಲೆಗಳು ಎಂದಿನಂತೆ ನಲುಗಲಿಲ್ಲ. ಎಡದಿಂದ ಬಲಕ್ಕೋ, ಬಲದಿಂದ ಎಡಕ್ಕೋ ದಿನವೂ ಓಡಿ ಹೋಗುತ್ತಿದ್ದ ಬೆಕ್ಕೊಂದರ ಬಣ್ಣ ಬದಲಾಗಿತ್ತು. ಕಾರಿನಡಿಯಲ್ಲಿ ಕೂತ ನಾಯಿ ಕೂಡ ಗುರ್ರೆನ್ನಲಿಲ್ಲ. ಕಣ್ಣಿಗೆ ರಾಚುತ್ತಿದ್ದ ಸೂರ್ಯ ಇಲ್ಲಿ ಯಾರದ್ದೋ ಮನೆಯ ಸೂರಿಗೆ ಸಿಕ್ಕಿಕೊಂಡಿದ್ದ! ಮರಗಳೇ ಇಲ್ಲದ ಬೀದಿಯಲ್ಲಿ ಎಂದಿನಂತೆ ನೆರಳಿನಲ್ಲಿ ನಡೆಯುತ್ತಿದ್ದೆ! ರಸ್ತೆಯ ಕೊನೆ ತಲುಪುವವರೆಗೂ ಅದು ಅರಿವಾಗಿರಲಿಲ್ಲ. ಅರಿವಿಗೆ ಬಂದ ಮೇಲೆ ಅದನ್ನು ಅಪರಿಚಿತ ಅನ್ನಬಹುದೇ?

ಗೆಳೆಯನೊಬ್ಬ ಮೈಸೂರಿಗೆ ಹೋಗುವ ಬದಲು ಬೆಂಗಳೂರಿಗೆ ಹೋಗಿ ವಿದ್ಯಾರಣ್ಯಪುರದ ಬಸ್ಸು ಹತ್ತಿ ಸಾಗುತ್ತಿರುವಾಗಲೇ ತಾನು ಹೋಗಬೇಕಾಗಿದ್ದುದು ಮೈಸೂರಿನ ವಿದ್ಯಾರಣ್ಯಪುರಕ್ಕೆ ಎನ್ನುವುದು ಅರಿವಿಗೆ ಬಂತಂತೆ. ಈ ಕತೆಯನ್ನು ಕೇಳಿ ನಕ್ಕವರಲ್ಲಿ ನಾನೂ ಒಬ್ಬಳು! ಈಗನಿಸುತ್ತಿದೆ, ಎಷ್ಟು ದಿನಗಳು ಹೀಗೆ ಯಾವ್ಯಾವ ರಸ್ತೆಯಲ್ಲಿ ತಿರುಗಿ ಬಂದಿದ್ದೇನೋ! ತಿಳಿವಿಲ್ಲದೆ ನಡೆವಾಗ ಪರಿಚಿತವೆಂಬಂತಿದ್ದದ್ದು ತಿಳಿದೊಡನೆ ಅಪರಿಚಿತವಾಗಿದ್ದು ಹೇಗೆ?

ಹಗಲಿನಲ್ಲಿ ಕಾಣುವ ಮನೆಯೆದುರಿನ ರಸ್ತೆಯೇ ಇರುಳಿನಲ್ಲಿ ವಿಚಿತ್ರವೆನಿಸುವಾಗ ಈ ಪರಿಚಿತ ಅಪರಿಚಿತ ಎನ್ನುವುದಕ್ಕೆ ಅರ್ಥವಿದೆಯೇ?

ಫ್ರಿಜ್ಜಿನಲ್ಲಿ ಬಾಡದಂತೆ ಇಟ್ಟಿರುವ ಕರಿಬೇವಿನ ಎಲೆಗಳ ಮುಂದೆಯೇ ಹತ್ತು ನಿಮಿಷ ನಿಂತಿದ್ದರೂ ಕಾಣದೆ ಒದ್ದಾಡುವಾಗ ಈ ಫ್ರಿಜ್ ಪರಿಚಿತವೇ ಅಪರಿಚಿತವೇ? ಜೀವದ ಗೆಳೆಯ ಎಂದುಕೊಂಡಿರುವವನ ಎದೆಯೊಳಗಿಂದ ಇದ್ದಕ್ಕಿದ್ದಂತೆ ಏಳುವ ವಿಷದ ನುಡಿ ಪರಿಚಿತವೇ, ಅಪರಿಚಿತವೇ? ಯಾರಿಗೋ ಬಾಣ ಬಿಟ್ಟು ಯಾರಿಗೋ ಮುಟ್ಟಿಸುವ ಪರಿ? ಇಂದು ವಾಕಿಂಗ್ ಮಾಡುವಾಗ ಯಾವ ರಸ್ತೆಯಲ್ಲಿ ಎನ್ನುವುದರ ಬಗ್ಗೆ ತಲೆಕೆಡಿಸಿಕೊಳ್ಳದೆ, ಒಳಗಿನ ಅಪರಿಚಿತ ಭಾವನೆಗಳನ್ನು ಪರಿಚಯ ಮಾಡಿಕೊಳ್ಳಲು ಯತ್ನಿಸುತ್ತಾ ನಡೆದೆ.

ತನ್ನದೇ ಸಾಲುಗಳನ್ನು ಮರೆಯುತ್ತಿದ್ದಾನೆ!

ಫೇಸ್‌ಬುಕ್ ತಾನಾಗಿಯೇ ಕೆಲವರನ್ನು 'ಅನ್‌ಫ್ರೆಂಡ್' ಮಾಡುತ್ತದಂತೆ. ಯಾರೋ ಬರೆದಿದ್ದನ್ನು ಓದಿದೆ! ಇರುವವರು, ಇಲ್ಲದವರಿಗೂ ಅಂತಹ ವ್ಯತ್ಯಾಸವೇ ಇರದಿದ್ದಾಗ ಈ ಪದಕ್ಕೆ ಯಾವ ಅರ್ಥವಿದೆ?

ಚಿಕ್ಕವರಿದ್ದಾಗ ನೆಂಟರು ಬರುತ್ತಾರೆಂದು ಗಂಟೆಗಟ್ಟಲೆ ಬಸ್‌ಸ್ಟ್ಯಾಂಡಿನಲ್ಲಿ ಕಾಯುತ್ತಿದ್ದೆವು. ಬೀಳ್ಕೊಡುವಾಗಲೂ ಅಷ್ಟೇ. ಮನೆಯಲ್ಲಿ ಅವರ ಇರವಿಗೆ ಏನು ಅರ್ಥವಿತ್ತೋ ಅಷ್ಟಾಗಿ ತಿಳಿಯದಿದ್ದರೂ ಬಂದಾಗಿನ ಸಂಭ್ರಮ, ಹೋದಾಗಿನ ಖಾಲಿತನ ಎರಡೂ ಅನುಭವಕ್ಕೆ ದಕ್ಕುತ್ತಿತ್ತು. ಈಗ ಬಂದವರು ಯಾರು, ಹೋದವರು ಯಾರು ಎಂದೇ ತಿಳಿಯುವುದಿಲ್ಲ. ಗೆಳೆತನದ ಹಸ್ತ ಚಾಚುವಾಗಲೂ ಒಳಗಿಗೆ ಬೀಗಮುದ್ರೆ ಜಡಿದೇ ಬರುತ್ತಾರೆ.

ಬಂದವರೂ ಇಣುಕಿಣುಕಿ ನೋಡುತ್ತಾರೆ. ಅಕ್ಷರಗಳ ಸೀಳುತ್ತಾರೆ. ಯಾವಾಗ, ಎಲ್ಲಿ, ಹೇಗೆ ಹಿಡಿಯಬೇಕೆನ್ನುವ ಲೆಕ್ಕಾಚಾರ ಹಾಕುತ್ತಾರೆ. ಆದರೂ 'ಫ್ರೆಂಡ್' ಆಗಿ ಉಳಿಯುತ್ತಾರೆ!

‘ಇಲ್ಲೇ ಜಗುಲಿಯ ಮೇಲೆ ಮಂದಹಾಸದ ನಡುವೆ ಸ್ವಾಗತಿಸುವುದು ಎಂದಿನಂತೆ, ಕೈಕುಲುಕುವುದು, ಕೈಹಿಡಿದು ಒಳಗೆ ಕರೆದೊಯ್ಯುವುದು ಬೆನ್ತಟ್ಟಿ’ ಎಂಬ ಕವಿ ಮಾತು ಹೊಂದುವುದೇ ಇಲ್ಲ. ಬಂದವರು ಒಳಗೆ ಬರುವುದೇ ಇಲ್ಲ. ಹೀಗಾಗಿ ಹೋದಾಗ ತಿಳಿಯುವುದೂ ಇಲ್ಲ. ಗೆಳೆಯರೀಗ ಬರಿಯ ಅಂಕಿ–ಅಂಶ. ‘ಅನ್ ಫ್ರೆಂಡ್’ ಎನ್ನುವ ಒಂದು ಕರ್ಕಶಪದವೂ ಇನಿದಾಗಿ ಕೇಳುತ್ತಿದೆ.

ಬರುವವರ, ಹೋಗುವವರ ಎಣಿಕೆಗಳಲ್ಲಿ ಕವಿಗೀಗ ವಿಸ್ಮೃತಿ. ತನ್ನನ್ನು, ತನ್ನದೇ ಸಾಲುಗಳನ್ನು ಮರೆಯುತ್ತಿದ್ದಾನೆ!

ಆ ಗಳಿಗೆಗೊಂದು ಹೆಸರು ಕೊಡಿ

ಅಜ್ಜನ ಬಳಿ ಒಂದು ಆರಾಮ ಕುರ್ಚಿಯಿತ್ತು. ಮಕ್ಕಳೆಲ್ಲ ಅದನ್ನು 'ಈಸಿ ಚೇರ್' ಎನ್ನುತ್ತಿದ್ದರು! ಕುರ್ಚಿಯ ಜಾಗವನ್ನು ಯಾರೂ ಬದಲಿಸುವಂತಿರಲಿಲ್ಲ. ಉದ್ದ ಪಟ್ಟಿಗಳ ಬಟ್ಟೆ ಒಗೆದಾಗ, ಅದನ್ನು ಸಿಕ್ಕಿಸುವ ರೂಲು ದೊಣ್ಣೆಯಂತಹದರ ಜೊತೆ ಒಂದೆರಡು ನಿಮಿಷಗಳ ಆಟ ಅಷ್ಟೇ! ಅಜ್ಜನ ಸಾವಿನೊಂದಿಗೆ ಕುರ್ಚಿಯೂ ಕಣ್ಮರೆ!

ಆ ಗಳಿಗೆಗೊಂದು ಹೆಸರು ಕೊಡಿ

ಅರವತ್ತಕ್ಕೂ ಹೆಚ್ಚು ವರ್ಷ ನೆಲದ ಮೇಲೆ ಕೂರುತ್ತಿದ್ದ ಅಣ್ಣನಿಗೊಂದು ಸೋಫಾ ಬಂತು. ಕರಿಯ ಬಣ್ಣದ ರೆಕ್ಸಿನ್. ಯಾರೋ ಬ್ಲೇಡಿನಿಂದ ಕತ್ತರಿಸಿ, ಹೊಲಿಸಲಾಗದೆ, ಒಳಗಿನ ಸ್ಪಾಂಜ್ ಹೊರಕ್ಕೆ ಚೆಲ್ಲುತ್ತಿದ್ದರೂ, ಮೇಲೊಂದು ದಿಂಬನ್ನಿಟ್ಟು ಪುಸ್ತಕ ಹಿಡಿದು ಕುಳಿತೇ ಇರುತ್ತಿದ್ದರು. ಪಕ್ಕದಲ್ಲೊಂದು ಗರಗರ ಫ್ಯಾನ್! ಅಣ್ಣ ಮನೆ ಬಿಟ್ಟ ಕ್ಷಣವೇ ಅವೆರಡೂ ಅನಾಥವಾಗಿ ಬಿದ್ದವು.

ಆ ಗಳಿಗೆಗೊಂದು ಹೆಸರು ಕೊಡಿ

ಆ ಮನೆಯ ಪುಟ್ಟ ಹುಡುಗಿಯೊಬ್ಬಳು ಗೋಡೆಯ ಮೇಲೆ ಹಂದಿಯ ಚಿತ್ರವೊಂದನ್ನು (ಅವಳ ರಷ್ಯನ್ ಪುಸ್ತಕದ ಪಿಗ್ಗಿ) ಬರೆದಿದ್ದಳು. ಸುಣ್ಣ ಬಳಿದರೂ ತೆಳುವಾಗಿ ಕಾಣುತ್ತಿದ್ದ ಗೆರೆಗಳು ಚಿತ್ರದ ಇರವನ್ನು ಸೂಚಿಸುತ್ತಿತ್ತು. ಒಂದೇ ಸಮನೆ ಸುರಿದ ಮಳೆಗೆ, ಒಡೆದ ಹೆಂಚಿನಿಂದ ಇಳಿದ ನೀರು ಗೋಡೆಯನ್ನು ಕರೆಗಟ್ಟಿಸಿ ಚಿತ್ರವನ್ನು ಮಾಯ ಮಾಡಿತು.

ಈಗ ಈ ಪಟ್ಟಿಗೆ ನಿಮ್ಮದೆಲ್ಲವನ್ನೂ ಸೇರಿಸಬಹುದು. ಇದೆಯೆಂದೇ ತಿಳಿಯುವ, ಇಲ್ಲವೆನ್ನುವ ಸತ್ಯಕ್ಕೆ ಏನೆನ್ನಬೇಕೆಂದೇ ಅವಳಿಗೆ ಅರ್ಥವಾಗುತ್ತಿಲ್ಲ. ಆ ಗಳಿಗೆಗಳಿಗೆ ಹೆಸರು ಕೊಡಿ.

ಒಂದು ಕರಿಬೇವಿನ ಮರ

ಆಗಿನ್ನೂ ಕರಿಮೋಡ ಮನೆಯಂಗಳದಲ್ಲೋ, ಹಿತ್ತಲಲ್ಲೋ ದಬಾರೆಂದು ಬಿದ್ದಿರಲಿಲ್ಲ ಅಥವಾ ಒಂದೇ ಸಮನೆ ಕಣ್ಣೀರು ಸುರಿಸುತ್ತಿರಲಿಲ್ಲ. ಸಿಡಿಲು ಅಪ್ಪಳಿಸಿ ಸುಟ್ಟೇ ಹೋಗುವ ಭಯದಲ್ಲಿ ಮರವೆಂದೂ ನಡುಗಿರಲಿಲ್ಲ. ಪ್ರಾಣಭಯದಿಂದ ಮರ ಹತ್ತಿ ಕೂತ ಜನರ ನೆನಪೂ ಬಹುಶಃ ಅದಕ್ಕಿರಲಿಲ್ಲ.

ಆ ಮರದ ಸುತ್ತ ಒಂದು ಕಲರವವಿತ್ತು. ನಿಂಬೆ ಹೂವಿನ ಪರಿಮಳವಿತ್ತು. ಮಲ್ಲಿಗೆಯ ಬಳ್ಳಿಯೊಂದು ಅದರತ್ತ ಕೈಚಾಚುತ್ತಿತ್ತು. ಕೊಂಬೆಗಳು ಮುಗಿಲನ್ನು ಅಪ್ಪಿಕೊಂಡಿದ್ದವು. ಆಗಸವನ್ನು ಮಳೆಗಾಲ ತೊಳೆದು ನೀಲಿ ಹಾಕಿ ಒಣಗಿಸುತ್ತಿತ್ತು. ಕಪ್ಪು ಹಣ್ಣುಗಳು ನೂರಾರು ಕಣ್ಣುಗಳಂತೆ ರಾತ್ರಿಯಲ್ಲಿ ಮಿನುಗುತ್ತಿದ್ದವು. ಕೂತ ಬೆಳ್ಳಕ್ಕಿಗಳು ಇರುಳಿನೊಳಗೊಂದು ಬೆಳಗನ್ನು ಹೆಣೆದಿದ್ದವು. ಮಕ್ಕಳು ಕೊಂಬೆಗಳ ಉಯ್ಯಾಲೆಯಲಿ ಜೀಕುತ್ತ ನಕ್ಷತ್ರ ಯಾತ್ರಿಕರಾಗುತ್ತಿದ್ದರು. ಹೀಗೆ 'ಇತ್ತುಗಳ'ಲ್ಲಿ ಹುತ್ತಗಟ್ಟಿಕೊಂಡಿದ್ದ ಮರ ಚೇಳುಗಳೆದ್ದ ವಿಷದ ಮಳೆಯಲ್ಲಿ ದಿಕ್ಕೆಟ್ಟುಹೋಯಿತು.

ಸುತ್ತ ಕೊಳೆತ ನೀರು. ಕುರುಡಾಗಿರುವ ಹೂಗಳು, ಶಿಳ್ಳೆ

ಹಾಕುವುದನ್ನು ಮರೆತ ಗಾಳಿ! ಚಳಿಗೆ ಕೊಂಬೆರೆಂಬೆಗಳನ್ನೇ ಅಪ್ಪಿಕೊಂಡು, ನಿಲ್ಲಲಾಗದೆ ನಿಂತಿರುವ ಮರ ಕೊಚ್ಚಿ ಹೋಗುತ್ತಿರುವ ತನ್ನ ರೆಕ್ಕೆಗಳನ್ನು ಸುಮ್ಮನೆ ನಿರುಕಿಸುತ್ತಿದೆ. ಹಸಿರು, ಹಣ್ಣು, ಹಕ್ಕಿ, ಘಮ, ಕನಸು ಹೀಗೆ ನೆನಪುಗಳನ್ನೆಲ್ಲ ನೀರು ತೊಳೆದು ಹಾಕುತ್ತ ಮುನ್ನಡೆಯುತ್ತದೆ.

ಮರವೆಂದರೆ ಬರಿಯ ಮರವೇ?

ಮಂಜುಗಾಲ!

ಮಂಜು ಮುಚ್ಚುತ್ತಿದೆ ಹೊಲ, ತೆಂಗಿನ ತೋಟವನ್ನು. ಮನೆ, ಮನೆಯೊಳಗಿನವರನ್ನು ಹೊರಗಿನವರನ್ನು! ಎದುರು ನಿಂತಿದ್ದವರು ಚಣದಲ್ಲಿ ಕಾಣೆಯಾಗುತ್ತಿದ್ದಾರೆ. ಬೆಳಗಿನೊಳಗೊಂದು ಕತ್ತಲೆ ಹೆಣೆದುಕೊಂಡಿದೆ ಅಥವಾ ಕತ್ತಲೊಳಗೊಂದು ಬೆಳಗು ಸೇರಿದೆ. ಸೂರ್ಯ ತಲೆಮರೆಸಿಕೊಂಡಿದ್ದಾನೆ. ಸುತ್ತ ಮಂಜು ಮಾತ್ರ ಉಸಿರಾಡುತ್ತಿರುವ ಸಣ್ಣಗಿನ ಸದ್ದು!

ಈಗ ಕಿಟಕಿ ಎನ್ನುವ ಪದಕ್ಕೆ ಯಾವ ಅರ್ಥ? ಮಂಜುಗಣ್ಣಲ್ಲಿ, ಮಂಜಿನಂಥ ಕೂದಲನ್ನು ಹಿಂದಕ್ಕೆ ಸರಿಸುತ್ತ ಕೇಳಿಕೊಳ್ಳುತ್ತಿದ್ದೇನೆ. ಬಾಗಿಲನ್ನು ತೆರೆದು ಯಾರನ್ನು ಬರಮಾಡಿಕೊಳ್ಳುವುದು? ಹೊರ ಹೋದವರಾರು ಎಂದೇ ತಿಳಿಯುತ್ತಿಲ್ಲ. ಇನ್ನು ಬರುವವರದೇನು ಲೆಕ್ಕ? ಒಂದು ಪುಟ್ಟ ಮನೆಯ ಸುತ್ತ ಕವಿದ ಮಂಜು, ಇಡೀ ನೆಲಕ್ಕೆ ಹಬ್ಬಿ, ಕೊನೆಗೆ ಗಾಳಿಯ ಉಸಿರನ್ನೇ ಸ್ತಬ್ಧಗೊಳಿಸುತ್ತಿರುವುದನ್ನು ಸಣ್ಣಗೆ ಉಸಿರಾಡುತ್ತಲೇ ನೋಡುತ್ತಿದ್ದೇನೆ.

ಎದುರು ನಿಂತವರು ಯಾರೆಂದು ತಿಳಿದರೆ ತಾನೇ ಮಾತುಕತೆ? ಮಂಜಿನಲ್ಲಿ ದನಿಗಳೇ ಹೂತು ಹೋಗುವಾಗ ಯಾವ ಮಾತನಾಡಬೇಕು? ಯಾರೊಂದಿಗೆ ಆಡಬೇಕು? ಆಡಿದರೂ ಕೇಳುವವರಾರು? ಚಳಿಗಾಲ, ಮಳೆಗಾಲದಂತೆ ಇದೊಂದು ಮಂಜುಗಾಲ ಎಂದರಷ್ಟೇ ಸಾಕೇ ಅಥವಾ ಕೆಂಡ ಕಾವಿನ ಹಾಡು ಮಂಜುಪರದೆಗಳ ಸೀಳಬೇಕೆ? ಮಂಜಿನ ಜ್ವರದಲ್ಲಿ ಬಡಬಡಿಸುವಾಗ ಹಣೆಯ ಮೇಲಿಡುವ ಮಂಜುಗಡ್ಡೆಗೆ ಯಾವ ಅರ್ಥ? ಆದರೂ, ಮಂಜುಗಟ್ಟಿದ ಮೈ ಕೊಡವುತ್ತೇನೆ.

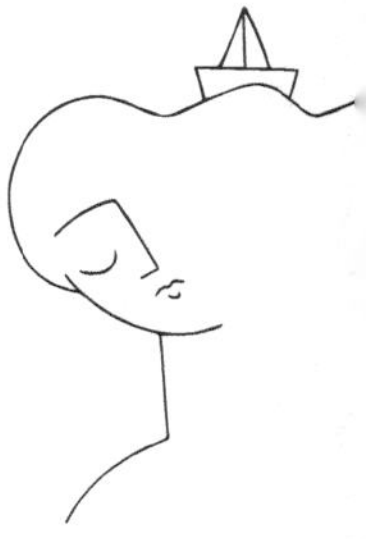

ನಕ್ಷತ್ರಗಳನ್ನೂ ಹುಡುಕುವುದು!

ಚಿಕ್ಕಂದಿನಿಂದ ಅವಳಿಗೆ ನಕ್ಷತ್ರಗಳ ಹುಚ್ಚು. ಕಿವಿಯಲ್ಲಿ ಕೆಂಪು ಕಲ್ಲಿನ ನಕ್ಷತ್ರ ಸದಾ ಮಿನುಗುತ್ತಿತ್ತು. ಆದರದನ್ನು ಜೋಪಾನ ಮಾಡಬೇಕೆಂದೇ ತಿಳಿದಿರಲಿಲ್ಲ. ತಿರುಪೆಳೆದು, ತಿರುಗಿಸಿ ಕಳೆದುಕೊಂಡಳು. ಕಳೆದುಕೊಂಡಾಗೆಲ್ಲ ನಕ್ಷತ್ರ ತರುವಷ್ಟು ಹಣ ಅಮ್ಮನ ಬಳಿ ಇರಲಿಲ್ಲ. ಕಿವಿಯ ನಕ್ಷತ್ರ ಕಳೆದ ಮೇಲೆ ಅಮ್ಮ 'ನಕ್ಷತ್ರ ಕತ್ತಿನ' ಫ್ರಾಕ್ ಕೊಡಿಸಿದಳು. ಫ್ರಾಕಿನ ಅವಧಿ ಮುಗಿದ ಮೇಲೆ ಮತ್ತೆ ನಕ್ಷತ್ರಗಳಿಗೆ ಹಟಮಾಡಿದಳು.

ಮನೆಯಲ್ಲೆಲ್ಲೋ ಕಳೆದುಕೊಂಡ 'ನಕ್ಷತ್ರ'ವನ್ನು ಕಸ ಗುಡಿಸಿಯೇ ಹುಡುಕಬೇಕೆಂದಳು ಅಮ್ಮ, ಗುಡಿಸಿದಳು. ಮಣ್ಣಲ್ಲಿ ಸಿಗಬಹುದೇನೋ ಎಂದು ಗುಣಿ ತೋಡಿಸಿದಳು. ಸಿಗದಿದ್ದಾಗ ಮಲ್ಲಿಗೆಯ ಗಿಡ ನೆಡಿಸಿದಳು. ಬಾವಿಯಲ್ಲಿ ಬಿದ್ದಿರಬೇಕೆಂದು ನೀರು ಸೇದಿಸಿದಳು. ಹೀಗೆ ನಕ್ಷತ್ರದಾಸೆಗೆ ಅಮ್ಮ ಹೇಳಿದ ಕೆಲಸ ಮಾಡುತ್ತಲೇ ಹೋದಳು.

ಪಾಠ ಮಾಡಿದರೆ ಮಕ್ಕಳ ಕಣ್ಣಲ್ಲಿ ನೂರಾರು ನಕ್ಷತ್ರ, ಅಡುಗೆ ಮುಗಿಸಿದರೆ ಕೈಯಲ್ಲೊಂದು, ನೆಟ್ಟ ಮಲ್ಲಿಗೆಯ ಬಳ್ಳಿಯಲ್ಲಿ ಲೆಕ್ಕವಿರದಷ್ಟು! ಕಾಲಿಟ್ಟಲ್ಲೆಲ್ಲ ನಕ್ಷತ್ರಗಳ ಬಳ್ಳಿ ತೊಡರಿಕೊಳ್ಳುತ್ತಿವೆ. ಮನಸ್ಸಿಗೆ ಮಂಕು ಕವಿದಿದೆ ಎನ್ನಿಸಿದರೆ ಎದ್ದು ಕೆಲಸ ಹುಡುಕುತ್ತಾಳೆ. ನಕ್ಷತ್ರಗಳು ದಳದಳ ಉದುರುತ್ತವೆ!

ಪದಗಳು ನನ್ನನ್ನೂ ಹುಡುಕೊಂಡಿದ್ದವು!

ಒಂದಿಷ್ಟು ಪದಗಳನ್ನು ಗುಡ್ಡೆ ಹಾಕಿಕೊಂಡು ಕೂತೆ. ಕವಿತೆ ಬರೆಯುವ ಯಾವ ಇರಾದೆಯೂ ಇರಲಿಲ್ಲ. ಎಷ್ಟೋ ಕವಿಗಳು ಬೆಳಗ್ಗೆಯೆದ್ದು ನಿಘಂಟನ್ನು ಓದುತ್ತಾರಂತೆ, ಹೊಸ ಪದಗಳ ಅನ್ವೇಷಣೆಯಲ್ಲಿ ತೊಡಗುತ್ತಾರಂತೆ. ಅಡಿಗರು ಹಾಗೆ ಮಾಡುತ್ತಿದ್ದರು ಎಂದು ಎಲ್ಲೋ ಓದಿದ ನೆನಪು. ದರ್ವಿಶ್ ಕವಿ ಪ್ರತಿದಿನ ಬೆಳಗ್ಗೆ ಹಾಸಿಗೆಯ ಪಕ್ಕದಲ್ಲಿದ್ದ ನಿಘಂಟಿನಲ್ಲಿ ಯಾವುದಾದರೂ ಒಂದು ಪದವನ್ನು ಹುಡುಕಿ, ಅದಕ್ಕೆ ಸಂಬಂಧಿಸಿದ, ನಾನಾರ್ಥಗಳನ್ನು ಕೊಡುವ ಕವಿತೆಗಳ ಸಾಲುಗಳನ್ನು ಕಂಠಪಾಠ ಮಾಡಿ 'ಸೆರೆಬ್ರಲ್ ಕ್ಯಾಲಿಸ್ತೇನಿಕ್ಸ್' ಮಾಡುತ್ತಿದ್ದರಂತೆ.

ಈ ಪದಗಳ ಅರ್ಥವನ್ನು ದಯವಿಟ್ಟು ನೀವೇ ಹುಡುಕಿಕೊಳ್ಳಿ. ನನ್ನ ಮೆದುಳು ಪದಗಳಿಗೆ ಅರ್ಥ ಹುಡುಕಿ ಹುಡುಕಿ ಸೋತು ಹೋಗಿದೆ. ಇಡೀ ವೃತ್ತಿ ಬದುಕಿನಲ್ಲಿ ಸಮಾನಾರ್ಥ, ನಾನಾರ್ಥ, ಶಬ್ದಾರ್ಥವೆಂದು ಅರ್ಥ ಹೇಳಿಕೊಂಡೇ ಬಂದಿದ್ದೇನೆ. ಅವು ಕೆಲವೊಮ್ಮೆ ವಿರುದ್ಧಾರ್ಥವಾಗಿ ನನ್ನ ತಲೆಗೆ ಬಂದು ಬಡಿದಿವೆ. ಆದರೂ ನಿಘಂಟಿಲ್ಲದೆ ನಾನು ಬದುಕಲಾರೆ. ಚಿಕ್ಕವಳಿದ್ದಾಗ ಯಾವ ಪದಕ್ಕೆ ಅರ್ಥ ಕೇಳಿದರೂ 'ಟೇಕ್ ದಿ ಡಿಕ್ಷನರಿ' ಎನ್ನುತ್ತಿದ್ದರು ಅಣ್ಣ. ನಿಘಂಟನ್ನು ನೋಡುವ ಕ್ರಮವನ್ನು ನನಗವರು ಕಲಿಸಬೇಕಿತ್ತು ಅಷ್ಟೇ!

ಕೊನೆಗೆ ಮಕ್ಕಳಿಗೆ ಹೆಸರಿಡುವಾಗಲೂ ನಿಘಂಟನ್ನೇ ಹುಡುಕುವಷ್ಟು ಅಭ್ಯಾಸವಾಗಿ ಹೋಗಿತ್ತು, ಈಗ ನನ್ನ ಮೇಜಿನ ಮೇಲೆ ಸದಾ ನಿಘಂಟೊಂದು ನಿದ್ರಿಸುತ್ತಿರುತ್ತದೆ.

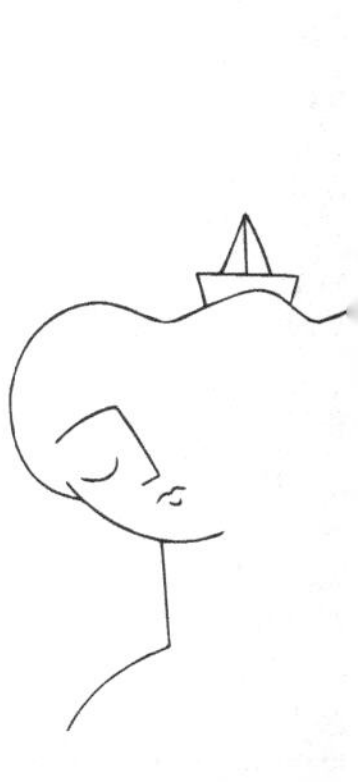

ಅರ್ಥ ಹುಡುಕುವ ಹುರುಪು ಹೋಗಿದೆ. ಎಷ್ಟೋ ಪದಗಳಿಗೆ ಅರ್ಥ ಸಿಗುವುದೂ ಇಲ್ಲ. ಸಿಕ್ಕರೂ ನಾನು ಕಲ್ಪಿಸಿದ ಅರ್ಥಕ್ಕೆ ಹೊಂದುವುದೇ ಇಲ್ಲ.

ಈ ಪದಗಳಿಗೆ ಪ್ರತಿಬಾರಿಯೂ ನಾನೇ ಏಕೆ ಅರ್ಥವನ್ನು ಹುಡುಕಬೇಕು? ಒಮ್ಮೆಯಾದರೂ ಈ ಪದಗಳೇ ನನ್ನನ್ನು ಕಂಡುಕೊಳ್ಳಬಾರದೇ? ಹೀಗಾಗಿ ಗುಡ್ಡೆ ಹಾಕಿಕೊಂಡ ಪದಗಳನ್ನೆಲ್ಲ ಕಿಟಕಿಯಾಚೆ ಎಸೆದೆ. ಕಿಟಕಿಯ ಕಟ್ಟನ್ನು ದಾಟಿದ ಅವು ಹುಚ್ಚು ಖುಷಿಯಲ್ಲಿ ಹಾರುತ್ತ ಹೋದವು. ಪದಗಳು ನನ್ನನ್ನು ಕಂಡುಕೊಂಡಿದ್ದವು!

ಒಂಟಿತನದ ಕೈ ಚೀಲ

ನಾವೆಲ್ಲ ಒಂಟಿತನದ 'ಕೈಚೀಲ' ಸದಾ ಹಿಡಿದೇ ಓಡಾಡುತ್ತೇವೆ. ಯಾವುದೋ ಅಪರಿಚಿತ ಬೀದಿಗಳಲ್ಲಿ ಏನನ್ನೋ ಅರಸುವಾಗ ಇದ್ದಕ್ಕಿದ್ದಂತೆ ಚೀಲಕ್ಕೆ ಕೈ ಹಾಕಿಬಿಡುತ್ತೇವೆ. ಕಣ್ಣುಗಳಲ್ಲಿ ಆತಂಕದ ಕಡಲೆದ್ದು ಪರಿಚಿತ ಅಲೆಗಳೆಲ್ಲ ಅಪರಿಚಿತವಾಗಿ ಬಡಿಯುತ್ತ, ಉಸುಕಿನಲ್ಲಿ ಕಾಲು ಹೂತಂತೆ ಒದ್ದಾಡುತ್ತೇವೆ.

ಚಳಿಗಾಲದ ಆಕಾಶವನ್ನೇ ಹೊದ್ದು ಬೆಚ್ಚಗಾಗಿ, ಪಕ್ಕದಲ್ಲೊಬ್ಬ ಅಂತಃಕರಣಿಯನ್ನು ಸೃಷ್ಟಿಸಿಕೊಂಡು ಮಾತಿಗಿಳಿಯುತ್ತೇವೆ. ನೋವಿನ ಕತೆಗಳೇ ಹೆಚ್ಚು ಹುಟ್ಟಿಕೊಳ್ಳುತ್ತವೆ. ಮ್ಲಾನ, ವಿಷಣ್ಣ ಕತೆಗಳ ಹುಚ್ಚು ನಮಗೆ. ಸಂತಸದ ಕತೆಗಳಿಗೆ ಆಯುಷ್ಯ ಕಡಿಮೆ, ಅದರಿಂದ ಅಷ್ಟು ಲಾಭವೂ ಇರುವುದಿಲ್ಲ. ಹಾಗಾಗಿ ಖುಷಿಯಾಗಿದ್ದಾಗಲೂ ನೋವಿನ ಕತೆಗಳನ್ನೇ ಹೊರಗಿನವರಿಗೆ ಹೇಳುತ್ತೇವೆ. ಕೇಳುವವರು ಮರುಳಾಗುವುದೂ ಇಂತಹದ್ದಕ್ಕೆ. ಖುಷಿಯಾಗಿ ಕಂಡವರ ಎದೆಯಲ್ಲಿ ನೋವುಗಳೇ ಇಲ್ಲವೆಂದು ಉಳಿದವರು ತೀರ್ಮಾನಿಸಿ ಬಿಡುತ್ತಾರೆ!

ಏಕಕಾಲದಲ್ಲಿ ಎರಡು, ಮೂರು ಪ್ರಪಂಚಗಳಲ್ಲಿ ವ್ಯವಹರಿಸುವುದು ನಮಗೆ ಸುಲಭ.

ಮುಖದ ನಗುವಿಗೂ, ಒಳಗಿನ ಮಾತಿಗೂ ಏನೇನು ಸಂಬಂಧವಿರುವುದಿಲ್ಲ. ಆದರೆ ಒಂಟಿತನದ ಚೀಲಕ್ಕೆ ಕೈ ಹಾಕಿದಾಗ ಈ ಹೊರಗಿನ ಮುಖವಾಡವೇನೋ ಕಳಚುತ್ತದೆ. ಒಳಗೂ ಒಂದು ಮುಖವಾಡವಿರುವುದು ನಮಗೆ ಗೊತ್ತಾಗುವುದೇ ಇಲ್ಲ. ಇಲ್ಲೂ, ನಮ್ಮದೇ ಕತೆಗಳನ್ನು ನಮಗೇ ಹೇಳಿಕೊಳ್ಳುವಾಗಲು ಬಣ್ಣ ಬಳಿಯುತ್ತೇವೆ. ಬಿಕ್ಕಿ ಬಿಕ್ಕಿ ಅತ್ತು ಜಗತ್ತಿನ ಎಲ್ಲ ಕಷ್ಟಗಳನ್ನು ನಾವೊಬ್ಬರೇ ಹೊತ್ತಿದ್ದೇವೆ ಎನ್ನುವಂತಾಡುತ್ತೇವೆ. ನಮ್ಮ ತಪ್ಪುಗಳಿಗೆ ಸಮರ್ಥನೆಗಳನ್ನು ಹುಡುಕಿಕೊಳ್ಳುತ್ತೇವೆ.

ಒಂಟಿತನದಲ್ಲೂ ನಾವು ನಾವಾಗಿ ಉಳಿಯದಿದ್ದ ಮೇಲೆ ಈ 'ಕೈಚೀಲ'ವನ್ನೇಕೆ ಹಿಡಿಯುತ್ತೇವೆ?

ಜೇನುಗೂಡಿನ ಸೀರೆ!

‘ಜೇನುಗೂಡು’ ಎಂಬ ಕೂಡು ಕುಟುಂಬದ ಪದ ಕ್ಲೀಷೆಯಾಗಿ ದಶಕಗಳೇ ಸಂದಿವೆ. ‘ನಮ್ಮ ಮನೆ ನಮ್ಮ ಮನೆ, ನಂದಗೋಕುಲ ನಮ್ಮ ಮನೆ’ ಹಾಡಂತೂ ಹಳತಾಗಿ, ನಟಿಯಾಡುವ ಭರತನಾಟ್ಯ, ತೊಟ್ಟ ಬಟ್ಟೆ ಮೂಲೆ ಸೇರಿ, ಗೆಜ್ಜೆಗಳೆಲ್ಲ ಉದುರಿವೆ.

ಎಳೆ ಬಿಟ್ಟಿದ್ದು ಕಾಣದಷ್ಟು ಚಂದವಾಗಿ ‘ಜೇನುಗೂಡಿನ ಕಸೂತಿ’ ನೇಯ್ದು ಅಮ್ಮನೆಂಬ ರಾಣಿ ಜೇನು ‘ಗೂಡು’ ತೊರೆದಿದ್ದಾಳೆ. ಅವಳು ಕೊಡಿಸಿದ ಜೇನುಗೂಡಿನ ವಿನ್ಯಾಸದ ಮೊದಲ ಸೀರೆ ಉಟ್ಟಾಗಲೆಲ್ಲ ಕೆಂಪು ಕೆನ್ನೆಗೂ ಏರಿ, ಒಡಲ ಗೂಡುಗಳಲ್ಲಿ ಸಾವಿರ ಹೂಗಳ ಸಿಹಿ ಹನಿ! ಚುಕ್ಕೆಗಳನ್ನೇ ನೀಟಾಗಿ ಜೋಡಿಸಿದ ಆಕಾಶ ಹಿಂಜರಿದು ಸಣ್ಣ ಬುಟ್ಟಾಗಳಾಗಿವೆ!

ಈಗ, ಈ ಜೇನುಗೂಡಿನ ಸೀರೆಯನ್ನೇನು ಮಾಡುವುದೆಂದು ತಿಳಿಯದೇ ಮಗಳು ಒದ್ದಾಡುತ್ತಿದ್ದಾಳೆ. ‘ಗಳಿಗೆ’ ಬಿಚ್ಚಿ, ಮಡಿಸಿ, ಬಿಚ್ಚಿ, ಮಡಿಸಿ ಇಟ್ಟಿದ್ದರೂ ಹೇಗೋ ನುಸುಳಿದ ನುಸಿ! ಇಟ್ಟಲ್ಲೇ ಎಳೆಬಿಟ್ಟು ಹೋಗಿದೆ. ತುಂಬಿದ ಜೇನುಗೂಡುಗಳ ನಡುವಿರುವ ಖಾಲಿ ಗೂಡುಗಳ ಅರ್ಥವೇನು, ಕಂಡೇ ಇರಲಿಲ್ಲ!

ಜೊತೆಯಾಗಿದ್ದೇವೆ ಎಂದುಕೊಂಡಿದ್ದರೂ ಕೂಡದ ಜರಿಯ ರೇಖೆಗಳು? ಅಲ್ಲಲ್ಲಿ ಕಾಣುವ ‘ನೀಲ’ರಾಗ!

ಎಸೆದರೂ, ಎಸೆಯದಿದ್ದರೂ ಕೊನೆಗಿದು ‘ಹುರಮಂಜಿ’!

(ಹುರಮಂಜಿ–ಕೆಮ್ಮಣ್ಣು. ನೀಲರಾಗ–ವಿರಾಗ)

ಅರ್ಧ ನೆನಪಿನಲ್ಲುಳಿದ ಫೋನ್ ನಂಬರ್

ಒಂದಾನೊಂದು ಕಾಲದಲ್ಲಿ ಎಲ್ಲರ ಫೋನ್ ನಂಬರ್ ನಾಲಗೆಯ ತುದಿಯಲ್ಲಿಯೇ ಇತ್ತು. ನಂತರ ಮೊದಲ ಪುಟದಲ್ಲಿ ಹೆಸರು, ವಿಳಾಸ, ಬ್ಲಡ್ ಗ್ರೂಪ್ ಇತ್ಯಾದಿಗಳನ್ನು ಬರೆದಿಟ್ಟುಕೊಂಡಿದ್ದ 'ಪುಟ್ಟ ಡೈರಿ' ಪರ್ಸಿನಲ್ಲಿ ಸೇರಿಕೊಂಡಿತು. 'ಎ' ಯಿಂದ 'ಜೆಡ್'ವರೆಗಿನ ಹೆಸರಿನೊಂದಿಗೆ ನಂಬರ್‌ಗಳು! ಕೊನೆಯ ಪುಟದಲ್ಲಿ ಇದ್ದದ್ದು ಎರಡೇ ಹೆಸರು, ಜುಬೇದಾ, ಜಿಯಾ!

ಸ್ಕೂಟರ್, ಬಸ್ಸು, ರೈಲಿನಲ್ಲಿ ಪ್ರಯಾಣಿಸುತ್ತಿದ್ದವಳಿಗೆ ಅವಘಡವಾದರೆ ಸಂಪರ್ಕಿಸಬಹುದಾದವರ ಹೆಸರು, ಫೋನ್ ನಂಬರ್ ಅಲ್ಲಿದ್ದವು. ಪಕ್ಕದಲ್ಲೇ ಕುಳಿತು ವೀಣೆ ಕಲಿಯುತ್ತಿದ್ದ ಅನಿತಾ ಇದ್ದಕ್ಕಿದ್ದಂತೆ ಅಪಘಾತದಲ್ಲಿ ಅಳಿದಾಗ ಅವಳ ಫೋನ್ ನಂಬರ್ ಹೊಡೆದು ಹಾಕಬೇಕೋ ಇಲ್ಲವೋ ತಿಳಿಯಲೇ ಇಲ್ಲ. ಹೀಗೆ ಯಾವ್ಯಾವ ನಂಬರ್‌ಗಳೋ ಉಳಿದು ಅಳಿದವು!

ರೈಲಿನ, ಬಸ್ಸಿನ ಕಿಟಕಿಯಿಂದಾಚೆ ನೋಡುತ್ತಾ ಅದೆಷ್ಟೋ ಮನೆ, ಗುಡಿಸಲು, ವ್ಯಕ್ತಿಗಳನ್ನೆಲ್ಲ ಮನಸ್ಸಿನೊಳಗೆ ಪ್ರತಿಷ್ಠಾಪಿಸಿಕೊಂಡಿದ್ದೆ. ಅವರಲ್ಲಿ ಕಾಣದಿದ್ದರೆ ವಿಚಿತ್ರ ಚಡಪಡಿಕೆಯಾಗಿದ್ದಿದೆ. ಅರಸೀಕೆರೆಯಿಂದ ಬೆಂಗಳೂರಿಗೆ ಬಸ್ಸು ಹತ್ತಿದಾಗೆಲ್ಲ ನೋಡುತ್ತಿದ್ದ

‘ಮಿನುಗುತಾರೆ’ ಮನೆ ಇನ್ನೂ ಹೊಳೆಯುತ್ತಿದ್ದರೆ, ಕೆರೆಯುದ್ದಕ್ಕೂ ಬಾಗಿ ಚಾಚಿಕೊಂಡಿದ್ದ ತೆಂಗಿನಮರ ನಾಪತ್ತೆಯಾಗಿದೆ. ಕೆಲವನ್ನು ನಾನೇ ಅಳಿಸಲು ಹೋಗಿ ಹೆಚ್ಚುಹೆಚ್ಚು ನೆನಪಿಸಿಕೊಂಡಿದ್ದೇನೆ. ಮತ್ತೆ ಕೆಲವು ‘ಬ್ಲರ್’ ಆಗಿರುವ ಚಿತ್ರದಂತೆ ಸಂದಿಗ್ಧ ಉಳಿಸಿವೆ.

ಈಗೀಗ ಬೀದಿಯ ದೀಪಗಳೆಲ್ಲ ಒಂಟಿಯಾಗಿ ನಿಂತಿವೆ. ಶಾಲೆಯ ಗ್ರೂಪ್ ಫೋಟೋವನ್ನು ಯಾರೋ ಹರಿದುಹಾಕಿದ್ದಾರೆ. ಹಿತ್ತಲಿನ ಕರಿಬೇವಿನಮರ ತನ್ನ ನೆರಳನ್ನೇ ನೋಡಿಕೊಂಡು ನಿಗೂಢವಾಗಿದೆ. ನನ್ನದೇ ಫೋನ್ ನಂಬರ್ ಮರೆತುಹೋಗುತ್ತಿದೆ.

ಅರ್ಧ ನೆನಪಿನಲ್ಲುಳಿದ ಒಂದು ಫೋನ್ ನಂಬರ್ ಸಣ್ಣದೊಂದು ಭರವಸೆಯನ್ನು ಬಿತ್ತುತ್ತಿದೆ.

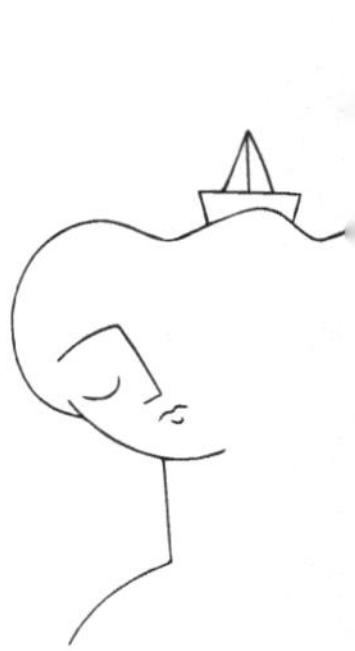

ಬಳ್ಳಿಗೆ ಸಿಲುಕಿದವರು

ಕಿಟಕಿಯನ್ನೊಮ್ಮೆ ತೆರೆದು ನೋಡುತ್ತೇನೆ. ಯಾವುದೋ ಬಳ್ಳಿ ಮನೆಯಂಗಳಕ್ಕೆ ಕಾಲಿಟ್ಟಿದೆ. ಎಲ್ಲಿಂದ, ಯಾವಾಗ, ಹೇಗೆ ಬಂತು ಎನ್ನುವುದರ ಅರಿವೇ ಆಗಲಿಲ್ಲ. ಈ ಮನೆ ಇಷ್ಟು ಮೈಮರೆತಿದ್ದು ಹೇಗೆ? ನೋಡು ನೋಡುತ್ತಿದ್ದಂತೆ ಮಹಡಿಯೇರಿದ ಬಳ್ಳಿ ಕಿಟಕಿ, ಬಾಗಿಲಿಗೆ ಹಬ್ಬಿ ಒಳಗೆಲ್ಲ ಕಾರ್ಗತ್ತಲು. ಗಾಳಿಯಾಡುತ್ತಲೇ ಇಲ್ಲ. 'ಇದು ನನ್ನ ಮನೆಯೇ, ನಾನು ಹುಟ್ಟಿ ಬೆಳೆದ ಮನೆಯೇ?' ತಬ್ಬಿಬ್ಬಾಗುತ್ತೇನೆ.

ಪುಟ್ಟ ಹುಡುಗಿಯಾಗಿದ್ದಾಗಿನ ಕತೆಯೊಂದು ತಲೆಯಲ್ಲಿ ಓಡುತ್ತಿದೆ. ಅದೇ, ಅದೇ 'ರಾಜು ಮತ್ತು ಅವರೆಗಿಡ'ದ ಕತೆ! ಅಂಗಳ, ಮನೆಯನ್ನು ಮೀರಿ ಆಕಾಶದ ತನಕ ಹಬ್ಬಿದ್ದ ಬಳ್ಳಿ! ಬಳ್ಳಿಯ ಮೇಲೊಂದು ಅರಮನೆ. ಅಲ್ಲಿ ನಿದ್ರಿಸುವ ರಾಕ್ಷಸ. ತಿನ್ನಲು ಅಟ್ಟಿಸಿಕೊಂಡು ಬರುವವರೆಗೂ ಬಳ್ಳಿಯ ಮೇಲೆ ರಾಜುವಿಗೆ ತೀರದ ಆಕರ್ಷಣೆ!

ಅಯ್ಯೋ, ಬಳ್ಳಿಯೊಳಗೊಂದು ಮಗು ಮೊನ್ನೆ ತಾನೇ ಸಿಕ್ಕಿಕೊಂಡು ಕೊನೆಯುಸಿರೆಳೆದಿದೆ! 'ಬೇರುಗಳನ್ನು ಹುಡುಕಿ' ಯಾರೋ ಹೇಳುತ್ತಾರೆ. ಎಷ್ಟು ಆಳಕ್ಕಿಳಿದು ಬಿಟ್ಟಿದೆಯೋ, ಎಲ್ಲಿದೆಯೋ? ಎಷ್ಟು ಹುಡುಕಿದರೂ ಸಿಗುತ್ತಲೇ ಇಲ್ಲ. 'ಬೆಂಕಿಯನ್ನು ಹಾಕಿ' ಮತ್ತಾರೋ ಹೇಳುತ್ತಾರೆ. ಹಚ್ಚುವ ಬೆಂಕಿ ಮನೆಯನ್ನೇ ಸುಡುವುದಿಲ್ಲವೆಂಬ ಖಾತ್ರಿ ಇದೆಯೇ?

'ಯಾರಾದರೂ ಕೊಡಲಿ ತನ್ನಿ'–ರಾಕ್ಷಸ ಇಳಿವ ಮುನ್ನ, ಮತ್ತೊಂದು ಮಗು ಬಳ್ಳಿಗೆ ಸಿಲುಕುವ ಮುನ್ನ ಕೊಡಲಿಯಲ್ಲಿ ಕತ್ತರಿಸಲೇಬೇಕು. ಬೇರು ಹುಡುಕಿ ಸುಡಬೇಕು. ಅಯ್ಯೋ, ನಾನೆಂದರೆ ನಾನೇ? ಮನೆಯೆಂದರೆ ಬರೀ ನನ್ನ ಮನೆಯೇ?!

ಎಲ್ಲೋ ಕಾಣೆಯಾಗಿದೆ!

ಅವಳ ಕೋಣೆಯ ಕಿಟಕಿಯಲ್ಲಿ ಒಂದು 'ವ್ಯಥೆ' ಕೂತು ಮಾತನಾಡತೊಡಗಿತು. ಕಳೆದುಕೊಂಡವರ ಹೆಸರನ್ನೆಲ್ಲ ಅದಕ್ಕಿಟ್ಟು ಸಂತೈಸಿದಳು. ಕೊನೆಗದು ಹೋದಲ್ಲೆಲ್ಲ ಹಿಂಬಾಲಿಸತೊಡಗಿತು. ಹಜಾರವೆಂದರೆ ಹಜಾರ, ಅಡುಗೆ ಮನೆಯೆಂದರೆ ಅಡುಗೆಮನೆ, ಕೊನೆಗೆ ಬಚ್ಚಲಿಗೂ ಬಂದು ಕೂತಿತು. ಕಿಟಕಿ ತೆರೆದು, ಬಾಗಿಲು ಹಾರು ಹೊಡೆದಳು. ಹೊರಗೆ ನಡೆಯಲೇ ಇಲ್ಲ. ಕುರುಡು ನೊಣದಂತೆ ಮುಖಕ್ಕೆ ಮುತ್ತುತ್ತಲೇ ಹೋಯಿತು. ಪಟ್ ಎಂದು ಹೊಡೆಯಲು ನೋಡಿದಳು, ಸಿಕ್ಕಲಿಲ್ಲ. ಅವಳ ಅಮ್ಮ, ಅಜ್ಜಿ, ಮುತ್ತಜ್ಜಿಯರೆಲ್ಲ ಹೇಗೆ, ಹೇಗೆ ಇದರಿಂದ ತಪ್ಪಿಸಿಕೊಂಡರು?

ಕೊನೆಗವಳು ಅದರೊಂದಿಗೆ ಮಾತು ನಿಲ್ಲಿಸಿದಳು. ಅಡುಗೆ ಮನೆಯಲ್ಲಿ 'ಇಡ್ಲಿ' ಮಲ್ಲಿಗೆಯಂತೆ ಅರಳಿತು. ಉಜ್ಜಿದಷ್ಟೂ ಬಚ್ಚಲಲ್ಲಿ ಸೀಗೆಪುಡಿಯ ಘಮ. ತಾನೇ ನೀರೆರೆದ ದಾಸವಾಳ ಕೋಣೆಯ ಕಿಟಕಿಯಲ್ಲಿ ಇಣುಕಿ, ಮನೆಯ ಮುಂದಿನ ರಂಗೋಲಿ ಬಳ್ಳಿ ಹಬ್ಬಿ, ಹಜಾರದಲ್ಲಿಟ್ಟಿದ್ದ ವೀಣೆ ನುಡಿಯುತ್ತಿದೆ! ಅಕ್ಷರಗಳು ಮೆರವಣಿಗೆ ಬಂದಿವೆ.

ಹಿತ್ತಲಿನ ಹಸಿರು ಹಿನ್ನೆಲೆಯಲ್ಲಿ ನಿಂತವಳು 'ವ್ಯಥೆ'ಯನ್ನು ಹುಡುಕುತ್ತಿದ್ದಾಳೆ. ಎಲ್ಲೋ 'ಕಾಣೆಯಾಗಿದೆ!'

ಒಂದು ಕದಬಾಗಿಲ ಗೂಡು

ಇದರ ಬಾಗಿಲನ್ನೆಂದೂ ಹಾರು ಹೊಡೆಯಬಾರದು. ಅಮ್ಮನ ಅಲಿಖಿತ ನಿಯಮ. ಒಳಗಿದ್ದದ್ದೇನು ಎಂದು ಕೇಳುತ್ತೀರಾ? ಒಂದು ಪಾತ್ರೆಯಲ್ಲಿ ಮೊಸರು, ಮತ್ತೊಂದರಲ್ಲಿ ಮಜ್ಜಿಗೆ, ಮಗದೊಂದರಲ್ಲಿ ಹಾಲು. ಸಣ್ಣ ಡಬ್ಬಿಯೊಂದರಲ್ಲಿದ್ದ ಎಂಟಾಣೆ, ನಾಲ್ಕಾಣೆ, ಐದು, ಹತ್ತು ಪೈಸೆಗಳು. ಅವಳ ಕಣ್ಣು ಸದಾ ಅದರ ಬಾಗಿಲ ಮೇಲೆಯೇ!

ಗಿಳಿಯೊಂದರಲ್ಲಿ ಜೀವ ಬಚ್ಚಿಟ್ಟಂತೆ ಕದಬಾಗಿಲ ಗೂಡಿನಲ್ಲಿಯೇ ಅವಳ ಪ್ರಾಣ! ಚಿಲಕಕ್ಕೆ ಸಣ್ಣದೊಂದು ಚಮಚ ಸಿಕ್ಕಿಸಿದರೆ ಬೀಗ ಹಾಕಿದಂತೆ. ಸಣ್ಣ ಸದ್ದಾದರೂ ಸರಿ, ಎದ್ದೋ, ಬಿದ್ದೋ ಓಡಿಬರುತ್ತಿದ್ದಳು. ವರ್ಜೀನಿಯಾ ವುಲ್ಫ್ ಹೇಳುವ ಸ್ವಂತ ಕೋಣೆ, ಬೀಗ, ಬೀಗದ ಕೈ ಇರದ ಅಮ್ಮನಿಗಿದ್ದದ್ದು ಒಂದು ಗೂಡು. ಒಂದೇ ಪದದಲ್ಲಿ 'ಕದ' 'ಬಾಗಿಲು' ಎಂಬ ಸಮಾನಾರ್ಥಗಳು!

ಬಾಗಿಲು ತೆರೆಯುವುದನ್ನೇ ಕಾಯುತ್ತ ಕಿಟಕಿಯಲ್ಲಿ ಇಣುಕುತ್ತಿದ್ದ ಬೆಕ್ಕುಗಳು! ಹಾಲು, ಮೊಸರು, ಮಜ್ಜಿಗೆಯನ್ನು ಕಾಯುವುದರಲ್ಲಿ ಜೀವ ಸವೆಸಿದವಳಿಗೆ ತನ್ನೊಳಗೊಂದು 'ಕದಬಾಗಿಲ ಗೂಡು' ಇತ್ತೆಂದು ತಿಳಿದಿತ್ತೋ? ತಿಳಿದಿದ್ದರೂ ಅದನ್ನೆಂದೂ ತೆರೆಯಲಿಲ್ಲವೋ? ತೆರೆದು ತೋರಿದರೂ ಕಾಣುವ ಕಣ್ಣುಗಳಿದ್ದವೋ? ಅಥವಾ ಇಷ್ಟೇ ಎಚ್ಚರದಿಂದ ಕಾಯ್ದುಕೊಂಡಿದ್ದಳೋ?

ಈಗ ಮಗಳು ಬೆಕ್ಕುಗಳ ಮೇಲೊಂದು ಕಣ್ಣಿಟ್ಟೇ ಜೀವದಾಯಿ 'ಕದಬಾಗಿಲ ಗೂಡ'ನ್ನು ಹೊತ್ತು ತಿರುಗುತ್ತಿದ್ದಾಳೆ!

ವರ್ಜಿನಿಯಾವುಲ್ಫ್: ಇಂಗ್ಲಿಷ್ ಬರಹಗಾರ್ತಿ. ಪ್ರತಿ ಹೆಣ್ಣುಮಗಳಿಗೂ ತನ್ನದ್ದೇ ಸ್ವಂತ ಕೋಣೆ, ಕೋಣೆಗೆ ಬೀಗದ ಕೈ (A Room of one's own) ಇದ್ದರೆ ಅವಳ ಸೃಜನಶೀಲತೆಯ ಬಾಗಿಲು ತೆರೆಯುತ್ತದೆ ಎಂದು ನಂಬಿದ್ದವಳು.

ಹೀಗವಳು ದಶಕಗಳಿಂದ ನಿಂತಿದ್ದಾಳೆ!

ಮನೆಯಲ್ಲಿ ಹಿತ್ತಲಿದೆಯೋ ಬಿಟ್ಟಿದೆಯೋ ನಿಮ್ಮ ಊಹೆಗೆ ಬಿಟ್ಟಿದ್ದು. ಅಲ್ಲಂತೂ ಸದಾ ಅರಳಿರುವ ಬಿಂದಿಗೆ, ಕಾಸಮಾಸಲು, ಕಣಗಿಲೆ, ದಾಸವಾಳ ಹೂಗಳು! ಕೈಯಲ್ಲಿ ಅದೇ ಬಿದಿರಿನ ಬುಟ್ಟಿ. ಮುಟ್ಟಿಯೂ ಮುಟ್ಟದಂತೆ ಬಿಡಿಸಿಕೊಳ್ಳುತ್ತಾಳೆ. ಮಲ್ಲಿಗೆಯ ಕಾಲದಲ್ಲಿ ಮಾಲೆ ಕಟ್ಟಿ ನೆರೆಯವರಿಗೆ ಕೊಡುತ್ತಾಳೆ. ಕಮಾನಾಗಿ ಮುಡಿಯುವುದೋ, ಮಾಲೆಯಂತೆ ಇಳಿಬಿಡುವುದೋ ಅವಳಿನ್ನೂ ತೀರ್ಮಾನಿಸಿಲ್ಲ.

ಹೀಗವಳು ದಶಕಗಳಿಂದ ನಿಂತಿದ್ದಾಳೆ.

ಕನ್ನಡಿಯ ಅಗಲ, ಆಕಾರ ಬದಲಾಗಿರಬಹುದು. ಮುಂದಿರುವವಳು ಅವಳೇ. ಕಾಡಿಗೆ ಕೆಳಗಿಳಿಯದಂತೆ ಎಚ್ಚರ ವಹಿಸುತ್ತಾಳೆ. ಕೆನ್ನೆ ಅವನ ನೆನಪಿನಲ್ಲಿ ರಂಗಾಗುತ್ತದೆ. 'ಬೆಳ್ಳಿಮೋಡ ಜುಮುಕಿ' ಕಿವಿಗೇರುತ್ತದೆ. ಸಿನೆಮಾ ಗೀತೆಯೊಂದನ್ನು ಸಣ್ಣಗೆ ಗುನುಗಿಕೊಳ್ಳುತ್ತಾಳೆ. 'ನಿನ್ನ ಒಗಟಿಗೆ ಉತ್ತರ, ಕೊಡುವೆ ಬಾರೆ ಹತ್ತಿರ' ಎಂದವನು ಬರುತ್ತಲೇ ಇರುತ್ತಾನೆ. ಹೆದರಿ ದೂರ ಸರಿವ ಇವಳ ನಾಟಕ ಮುಂದುವರಿಯುತ್ತಿದೆ.

ಹೀಗವಳು ದಶಕಗಳಿಂದ ನಿಂತಿದ್ದಾಳೆ.

ಯಾವ ಬಣ್ಣದ ಸೀರೆಯುಡುವುದು? ಬಾನಿನಂಥವನಿಗೆ ಬಾನ ಬಣ್ಣವೇ ಸರಿ, ಈ ಸೀರೆಗೆ ಬಫ್ ಸ್ಲೀವ್ಸ್ ಹೊಂದುತ್ತದೆಯೇ ಅಥವಾ ಬಯಲುದಾರಿಯ 'ಅಂಬ್ರೆಲ್ಲಾ ಸ್ಲೀವ್ಸ್'? ಕಿತ್ತು ಕಿತ್ತು ಹಾಕುತ್ತಾಳೆ. ಅವನು ಕೈ ಮುಟ್ಟಿದ ದಿನ ಉಟ್ಟಿದ್ದು ಇದೇ ಸೀರೆಯಲ್ಲವೇ. ಮೆಲ್ಲಗದನ್ನು ಮಡಿಸಿಡುತ್ತಾಳೆ. ಅವಳ ಗೊಂದಲ ಮುಗಿಯುವುದೇ ಇಲ್ಲ!

ಹೀಗವಳು ದಶಕಗಳಿಂದ ನಿಂತಿದ್ದಾಳೆ! ಅವಳನ್ನು ಎಚ್ಚರಿಸಿ ಚಲಿಸುವಂತೆ ಮಾಡುವುದೋ, ಮಾಡಿ ಕನಸುಗಳನ್ನು ಕೊಲ್ಲುವುದೋ ಇವಳಿಗರ್ಥವಾಗುತ್ತಿಲ್ಲ!

ಮುಚ್ಚಳವಿರದ ಡಬ್ಬಿಯಂತೆ ನಿರಾಳ!

ಅಡುಗೆ ಮನೆ ಡಬ್ಬಿಗಳಂತೆ ಭಾವನೆಗಳ ಮುಚ್ಚಿಟ್ಟು ಭದ್ರ ಮಾಡಿಕೊಂಡಿರುತ್ತೇವೆ. ಕೆಲವು ಮುಚ್ಚಳಗಳು ತಪ್ಪು ತಿರುಗಣಿಯಲ್ಲಿ ಕೂತು ತೆಗೆಯುವುದಕ್ಕೆ ಸಾಧ್ಯವಿಲ್ಲದಂತಾಗುತ್ತದೆ. ಒಡೆಯಲು ಮನಸ್ಸು ಬಾರದೆ, ಎಸೆಯಲೂ ಆಗದೆ ಸುಮ್ಮನೆ ಹಾಗೇ ಬಿದ್ದಿರುತ್ತವೆ. ಕೆಲವಂತೂ ಎತ್ತಲೋ ಧ್ಯಾನದಲ್ಲಿ ತಿರುಗಿಸಿದ್ದು. ಸಡಿಲವಾಗಿ, ಮುಟ್ಟಿದರೆ ಜಾರಿ, ಒಳಗಿನದೆಲ್ಲ ಚೆಲ್ಲಿ ಹಾದಿ ರಂಪ! ಎಣ್ಣೆಯಂತಹ ಜಿಗುಟು ಭಾವನೆಗಳ ಒರೆಸಿ ಹಾಕುವುದು ಸುಲಭವಲ್ಲ. ತೊಳೆದು ಬಳಿದರೂ ಎಲ್ಲೋ ಕಾಣದಂತೆ ಸಣ್ಣ ಕಲೆ ಉಳಿದೇ ಬಿಡುತ್ತದೆ. ಅಕ್ಕಿ, ಬೇಳೆಯಂಥ ಬಿಡಿ ಬಿಡಿ ಭಾವನೆಗಳು ಚದುರಿಬಿಟ್ಟರೆ ಯಾವುದೋ ಸಂದಿ ಸೇರಿ, ಮತ್ತೆಂದೂ ಸಿಗುವುದಿಲ್ಲ.

ಕೆಲವು ಮುಚ್ಚಳಗಳನ್ನು ಟಪ್ಪೆಂದು ಬಡಿದು ಮುಚ್ಚಿರುತ್ತೇವೆ. ತೆಗೆಯುವಾಗಲೂ ಬಡಿಯಬೇಕು. ಒಳಗೇನಿತ್ತು ಎನ್ನುವುದು ಮರೆತು ಹೋಗಿರುತ್ತದೆ. ಮತ್ತೆ ಹಲವು 'ಪಂಡೋರಾ ಪೆಟ್ಟಿಗೆ'! ಒರೆಸಿಡಲು ಹೋದರೆ ಕೆಲವಕ್ಕೆ ಹುಳು ಹಿಡಿದು, ಬೂಷ್ಟು ಬಂದಿರುತ್ತವೆ. ಚಿಟ್ಟೆಯಂತೆ ಏನೇನೋ ಹೊರ ನೆಗೆದು, ದುರ್ವಾಸನೆ ಬಡಿಯುತ್ತದೆ. ಎಲ್ಲೋ ಕೆಲವು ಈಗಷ್ಟೇ ಹಾಕಿಟ್ಟಂತೆ ತಾಜಾ ತಾಜಾ!

ಸದ್ಯ, ಮುಚ್ಚಳವಿರದ ಡಬ್ಬಿಯಾಗಿ ನಾನೀಗ ನಿರಾಳ!

(**ಪಂಡೋರಾಳ ಪೆಟ್ಟಿಗೆ:** ಗ್ರೀಕ್ ಪುರಾಣದ ಒಂದು ಕತೆ. ಪಂಡೋರಾ ಗಂಡನ ಮನೆಗೆ ಬರುವಾಗ ಉಡುಗೊರೆಯಾಗಿ ಆ ಪೆಟ್ಟಿಗೆಯನ್ನು ಹೊತ್ತು ತಂದಿದ್ದಳಂತೆ. ಅದನ್ನು ಸ್ವತಃ ದೇವರುಗಳೇ ಕಳಿಸಿದ್ದು. ಅದೂ ಕೂಡ ಕೆಟ್ಟ ಉದ್ದೇಶಕ್ಕಂತೆ! ಆ ಪೆಟ್ಟಿಗೆಯನ್ನು ತೆರೆಯಬಾರದೆಂದು ದೇವದೂತ ಹೇಳಿದ್ದರೂ ಕುತೂಹಲ ತಾಳಲಾರದೆ ಯಾರಿಲ್ಲದ ವೇಳೆಯಲ್ಲಿ ಪಂಡೋರಾ ತೆರೆದಳಂತೆ. ತಕ್ಷಣವೇ ಪೆಟ್ಟಿಗೆಯಲ್ಲಿದ್ದ ಕೇಡುಗಳೆಲ್ಲ ಜಗತ್ತಿನ ತುಂಬಾ ಹರಡಿಕೊಂಡವಂತೆ. ರೋಗ, ನೋವು, ಯುದ್ಧ, ಕೆಡುಕು ಹೀಗೆ. ತಕ್ಷಣ ಪೆಟ್ಟಿಗೆಯನ್ನು ಮುಚ್ಚಿದರೂ ಹೊರಬಿದ್ದವೆಲ್ಲ ಹರಡುತ್ತಲೇ ಹೋದವಂತೆ.)

ಕನಸುಗಳು ಗಿಡ್ಡವಾಗುತ್ತಿವೆ!

ಕನಸುಗಳು ಗಿಡ್ಡವಾಗುತ್ತಿವೆ. ಐದು ದಿನಗಳ ಟೆಸ್ಟ್ ಮ್ಯಾಚ್ ಕಾಲ ಎಂದೋ ಮುಗಿದಿದೆ. ಒಂದು ಗಂಟೆಯ ಪಾಠದ ಅವಧಿ ದೀರ್ಘವೆನಿಸುತ್ತಿದೆ. ಮೂರು ಸಾಲಿನ ನಂತರ ಬರೆದದ್ದನ್ನು ಓದುವ ತಾಳ್ಮೆ ಕಳೆದೇ ಹೋಗಿದೆ! ಯಾವ ಕವಿತೆಯಿಂದಲೋ ಕಡ ತಂದ ಸಾಲೊಂದನ್ನು ಫಾರ್ವರ್ಡ್ ಮಾಡುತ್ತಿದ್ದೇವೆ. ಹಿಂದು ಮುಂದಿಲ್ಲದ ಸಾಲು ಎಲ್ಲೆಲ್ಲೋ ಓಡಿ, ಅನಾಥವಾಗಿ ಕೊನೆಗೊಂದು ದಿನ 'ಡಿಲೀಟ್' ಆಗುತ್ತದೆ.

ಕನಸುಗಳು ಗಿಡ್ಡವಾಗುತ್ತಿವೆ. ಮೂರೂವರೆ ಗಂಟೆಯ ಸಿನಿಮಾ 'ಅವತಾರ' ಎನಿಸುತ್ತಿದೆ! 'ರೀಲು'ಗಳನ್ನು 'ಸ್ಪೂಲಿಗೆ' ಸುತ್ತಿ ಸುತ್ತಿ ಇಡಬೇಕಾಗಿಲ್ಲ. ತಾನಾಗಿಯೇ ಅವು ಓಡುತ್ತಿವೆ. ಬೇಡವೆಂದರೆ ನಾವೇ ಓಡಿಸಿ ಬಿಡಬಹುದು! ಒಂದು ನಿಮಿಷದ ವಿಡಿಯೋ ಹೆಚ್ಚು ಜನಪ್ರಿಯ. ಹಾಡಿದವರಾರೋ, ಕುಣಿದವರಾರೋ, ತಲೆಗೆ ತುಂಬಿಕೊಳ್ಳುವಷ್ಟು ಜಾಗವೇ ಇಲ್ಲ.

ಕನಸುಗಳು ಗಿಡ್ಡವಾಗುತ್ತಿವೆ. ನಿದ್ದೆಗೀಗ ಕನಸಿನ ಮೇಲೆ ಮುನಿಸು ಹುಟ್ಟಿದೆ. ಬೆಳೆವ ಕನಸು ಒಳಗೊಂದು ಅಸಹನೆ ಹುಟ್ಟಿಸುತ್ತದೆ. ಕೊನೆಗೆ ನಾವೇ ಎಚ್ಚರ ಮಾಡಿಕೊಂಡು ಮುರಿದುಬಿಡುತ್ತೇವೆ. 'ಹಗಲುಗನಸು' ಎಂಬುದು ನಿಘಂಟಿನಲ್ಲಿ ಮಾತ್ರ. 'ಬಾರೆ ಬಾರೆ' ಎಂಬ ಸ್ಲೋ ಮೋಷನ್ ಹಾಡೆಷ್ಟು ವಿಚಿತ್ರವೆನಿಸುತ್ತದೆ!

'ಬೆಳಕಿಲ್ಲದ ದಾರಿಯಲ್ಲಿ ನಡೆಯಬಹುದು, ಕನಸಿರದ ದಾರಿಯಲ್ಲಿ ನಡೆಯುವುದು ಹೇಗೆ?' ಎಂಬುದನ್ನೀಗ ವಿವರಿಸುವುದು ಹೇಗೆ?

ನಿರಾಶ್ರಿತ ಕವಿ

ನಿರಾಶ್ರಿತ ಕವಿ ಹೆದ್ದಾರಿಗಳ ಹುಡುಕುವುದಿಲ್ಲ, ಪದ
ಚಮತ್ಕಾರಗಳು ಅವನ ಸೆಳೆಯುವುದಿಲ್ಲ. ರಾತ್ರಿ ಬಿದ್ದ ಮಳೆ
ಎಬ್ಬಿಸಿದ ರಸ್ತೆರಾಡಿಯಲ್ಲಿ ನಿಧಾನವಾಗಿ ನಡೆಯುತ್ತಾನೆ.
ನಡೆವ ದಾರಿಗಳಿಗೆ ಹೆಜ್ಜೆ ಗುರುತಿರುವುದಿಲ್ಲ. ನೀವು
ತೋರಿಸುವ ಚಿಹ್ನೆ ಅವನ ತಲುಪುವುದಿಲ್ಲ. ಹಾದಿಯಲ್ಲಿ
ಆಕಸ್ಮಿಕವಾಗಿ ಕಂಡರೆ ಗುರುತು ಹಿಡಿಯಲಾಗುವುದಿಲ್ಲ.

ನಿರಾಶ್ರಿತ ಕವಿ

ಪಾತ್ರಗಳಿಗೆ ಅಲೆಯುವುದಿಲ್ಲ, ಹಾಳೆಯ ಮೇಲೆ ಗೀಚಿ
ಮುದಗೊಳ್ಳುವುದಿಲ್ಲ. ಗಾಳಿಯೆದೆಯಲ್ಲಿ ಬರೆದ ಮೋಡಿ
ಅಕ್ಷರಗಳು ನಿಮಗಾರಿಗೂ ಕಾಣುವುದಿಲ್ಲ. ಕವಿಯೆಂದು ಕೂಗಿ
ಹೇಳುವುದಿಲ್ಲ. ತಮಟೆ, ಜಾಗಟೆಗಳ ಸದ್ದು ಸ್ವಾಗತಿಸುವುದಿಲ್ಲ.

ನಿಮ್ಮೆದುರು ಸುಮ್ಮನೆ ಹಾದುಹೋದರೂ ಕವಿತೆಗಳ
ಎದೆಗಿಳಿಸುತ್ತಾನೆ.

ಎಲ್ಲಿ ಹೋದರೂ ನಮಗೆ ಬೇಕಾದುದನ್ನೇ ಹೊತ್ತುಕೊಂಡು ಹೋಗುತ್ತೇವೆ. ನಮ್ಮಂತೆಯೇ ಆಡುವ, ಮಾತನಾಡುವ ಜನರು ಸಿಕ್ಕರೆ ಮುಖ ಊರಗಲ. ಮೊನ್ನೆ ಹೈದರಾಬಾದಿನಲ್ಲಿ ಬೆಂಗಳೂರನ್ನು, ಹುಸೇನ್ ಸಾಗರದಲ್ಲಿ ಹೇಮಾವತಿಯನ್ನು ಹುಡುಕುತ್ತಿದ್ದೆ ಎಂದರೆ ನಂಬಬೇಕು!

ಭೂಮಿಯಂಥ ಮತ್ತೊಂದು ಗ್ರಹವಿದೆಯೇ ಎಂದು ಎಷ್ಟೆಲ್ಲ ಜನರು ತಲೆಕೆಡಿಸಿಕೊಳ್ಳುತ್ತಾರೆ. ಎಲ್ಲ ನದಿ, ತೊರೆಗಳಲ್ಲಿ ನಮ್ಮೂರಿನ ನದಿಯೇ ಹರಿಯುತ್ತಿರುತ್ತದೆ. ಲಿಲ್ಲಿ ಹೂಗಳ ಮರೆಸುವಂತೆ ಮಲ್ಲಿಗೆಯ ಬಳ್ಳಿ ಹೇಗೋ ಹಬ್ಬಿಬಿಡುತ್ತದೆ.

ನಾವು ಕಂಡಿದ್ದನ್ನೇ ಕಂಡ ಕಡೆಯೆಲ್ಲ ಪ್ರತಿಷ್ಠಾಪಿಸಿಕೊಳ್ಳುವುದಾದರೆ ನೋಟಕ್ಕೇನು ದಕ್ಕುತ್ತದೆ? 'ಪಯಣ' ಪದಕ್ಕೆ ಏನು ಅರ್ಥವಿದೆ? ಪರಿಮಳದಲ್ಲಿ ಹೊಸತೇನಿದೆ? ನಿಂತಲ್ಲೇ ನಿಂತವರನ್ನು ಪಯಣಿಗರೆನ್ನಬಹುದೇ?

ದಸಿ ನುಗ್ಗಿದೆ!

ಕತ್ತೆತ್ತಿದರೆ ಎಲ್ಲಿಂದ ಎಲ್ಲಿಗೋ ಹಾದು ಹೋಗುವ ಅಡ್ಡ, ಉದ್ದದ ತಂತಿಗಳು. ವಿಚಿತ್ರ ವಿನ್ಯಾಸದ ಆಗಸ ಚೂರು ಚೂರು. ಅಲ್ಲಿ ವಿದ್ಯುತ್ ಹರಿಯುತ್ತಿರಬಹುದು, ಹರಿಯದೇ ಇರಬಹುದು.

ಮನೆಯೆದುರು ಕಂಬಕ್ಕೆ ಕಟ್ಟಿದ ಗೈ ವೈರ್ ನೋಡುತ್ತಲೇ ಬೆಳೆದ ಬಾಲ್ಯ. ಅಂಗಳವನ್ನು ಕತ್ತರಿಸಿ, ನೆರೆಯವರ ಮರೆಮಾಡಿದ ಬಟ್ಟೆ ಒಣಗಿಸುವ ತಂತಿ. ತೋಟದಿಂದ ತೋಟಕ್ಕೆ ಹಾರುತ್ತಿದ್ದ ಯೌವನಕ್ಕೆ ನಡುನಡುವೆ ಎತ್ತರದ ಬೇಲಿ ತಂತಿ. ಜೀವಗಳಿಗೆ 'ಶಾಕ್' ಕೊಡಲೆಂದೇ ರೂಪಿಸಿದ ತಂತಿ!

ಕೆಲವೊಮ್ಮೆ ತಂತಿ ಕಟ್ಟಿಕೊಂಡೇ ಗಾಳಿಪಟವಾಗಿ ಹಾರಿದರೂ ಸೋತು ಚರಚರವೆನ್ನುವುದು ತಂತಿಯ ಮೇಲೆಯೇ! ತಂತಿ ಜಾಲರಿಯ ಕಿಟಕಿಯಿಂದ ಇಣುಕುವ ಅಲ್ಲೊಂದು ಇಲ್ಲೊಂದು ಮುದಿಜೀವ. ಗಾಯಗೊಂಡ ನೆಲದ ದುಂಡು ಮೈಯನ್ನು ಸುತ್ತಿರುವ ಕಿಡಿ ಕಾರುವ ತಂತಿಗಳು ಮೆದುಳಿನಲ್ಲೂ ಸೇರಿವೆ!

ತಂತಿ ಹಾದ ತೆಂಗನ್ನು ನಿರಾಶೆಯಿಂದ ನಿಟ್ಟಿಸುತ್ತೇನೆ. ಅರೆ, ಅಲ್ಲಿ ದಸಿನುಗ್ಗಿದೆ!

(ದಸಿ: ತೆಂಗಿನ ಮರಗಳಲ್ಲಿ ಗೊನೆ ಬಿಡುವ ಮುನ್ನ ಕಾಣಿಸಿಕೊಳ್ಳುವ ಚೂಪಾದ ಮೊಳಕೆ ಮತ್ತು ತೆಂಗಿನಕಾಯನ್ನು ಸುಲಿಯಲು ಬಳಸುವ ಆಯುಧ.)

ವರುಷಗಳ ಬೆನ್ನು ಬಾಗುತ್ತಿದೆ!

ಕಣ್ಣು ಮಿಟುಕಿಸಲೂ ಹೆಣಗಾಡುತ್ತಿರುವ ನಕ್ಷತ್ರಗಳು, ನಿದ್ರೆಯನ್ನೇ ತೊರೆದ ದಿಗಿಲುಗಣ್ಣ ಇರುಳು, ಚಂದ್ರನೊಬ್ಬ ಛಿದ್ರಗೊಂಡ ಆಗಸದ ಚೂರು. ಚಿಗುರಿದೆಲೆಗಳ ಕಿತ್ತು ಕಿತ್ತು ಗುಡ್ಡದಾಚೆ ಎಸೆವ ಗಾಳಿ, ನೆರಳೆಬ್ಬಿಸಿ ನೆಲವನ್ನೇ ನಿಗೂಢಗೊಳಿಸುವ ಬೆಟ್ಟ. ಪುಟ್ಟ ಹುಡುಗಿಯ ಲಂಗದಿಂದುದುರುತ್ತಿರುವ ಸೂರ್ಯಕಾಂತಿ ಹೂ!

ವರುಷಗಳ ಬೆನ್ನು ಬಾಗುತ್ತಿದೆ!

ಕವಿತೆಗಳ ಕಟ್ಟಿದ ಗಾಳಿಪಟ ವಿದ್ಯುತ್ ತಂತಿಗೆ ಸಿಕ್ಕಿ ಚರಚರ! ಅಕ್ಷರಗಳು ಕಿಡಿಯಾಗಿ ಸಿಡಿಯುತ್ತಿವೆ. ಕಣ್ಣೀರಿಡುತ್ತ ತೇಲುತ್ತಿರುವ ಮರದ ತುಂಡು. ಮರಳಿನಲ್ಲಿ ಮುಖ ಹುದುಗಿಸಿಕೊಂಡವರಿಗೆ ನದಿಯ ಅಸ್ತಿತ್ವದ ಬಗ್ಗೆಯೇ ಅನುಮಾನ! ಶತಮಾನದಿಂದ ನೇಯ್ದ ಬಟ್ಟೆ ಕಂಡಿಬಿಟ್ಟಿದೆ.

ತನ್ನ ಹೊಳೆವ ಬಣ್ಣಗಳ ಕಿತ್ತು, ಸಿಕ್ಕಲ್ಲೆಲ್ಲ ಎರಚಿ ರಾಡಿಗೊಳಿಸುತ್ತಿರುವವರನ್ನು ಚಿಟ್ಟೆಯೊಂದು ತಬ್ಬಿಬ್ಬಾಗಿ ನೋಡುತ್ತಿದೆ!

ನಾನಲ್ಲಿಗೆ ಮರಳಬಹುದೇ?

ನಾನಲ್ಲಿಗೆ ಮರಳಬಹುದೇ? ಮುಖವನ್ನೇ ಮರೆತ ಒಂದು
ಕನ್ನಡಿಗೆ, ಹೆಜ್ಜೆಗುರುತುಗಳ ಅಳಿಸಿಕೊಂಡ ಬೀದಿಗೆ? ಬಾಗಿಲೇ
ಹೊಸದಿರುವಾಗ ಸ್ವಾಗತಿಸುವವರು ಯಾರು? ಹೋದವಳು
'ನಾನೇ?' ಎಂದು ಹೇಳುವವರಾರು? ತನ್ನವರೇ ಇರದ
ಮನೆಯನ್ನು ತನ್ನದೆನ್ನಬಹುದೇ?

ಮಾರ್ದನಿಸುವ ಬೆಟ್ಟಗುಡ್ಡಗಳೇ ಹಿಮಗಟ್ಟಿರುವಾಗ,
ಹರಿವ ನದಿಯೊಂದು ನಿಂತಲ್ಲೇ ನಿಂತು ಹೋದವರನ್ನು
ನೆನಪಿಟ್ಟುಕೊಳ್ಳಬಹುದೇ? ಮೊದಲನುಡಿ ತೊದಲುವಾಗ ಯಾವ
ನುಡಿಯಾಡುವುದು? ಯಾರೊಂದಿಗಾಡುವುದು? ಓದಿದ್ದನ್ನೇ
ನೆನಪಿಸದ ಹೊತ್ತಿಗೆಯ ಹಾಳೆಗಳು, ಬಚ್ಚಿಟ್ಟುಕೊಳ್ಳುವುದನ್ನೇ ಮರೆತ
ಓಣಿಗಳು. ಹೊರಗಿದ್ದದ್ದೆಲ್ಲ ಈಗ ಒಳಗೆ ಮಾತ್ರ!

ನಾನಲ್ಲಿಗೆ ಮರಳಬಹುದೇ ಅಥವಾ ಕಂಪಿಸುವ ಕಾಲಿಗೊಂದು
ಬುನಾದಿ ಹಾಕಿದ್ದನ್ನೇ ನೆಲವೆನ್ನಬಹುದೇ?

ಈ ಬೀದಿಗೆ ಸಾಕಾಗಿದೆ!

ಎಲೆಗಳನ್ನು ಸಿಕ್ಕಸಿಕ್ಕಲ್ಲಿ ಎಸೆದು ನಡುಗುತ್ತಿರುವ ಮರ.
ಮುಚ್ಚಿರುವ ಮನೆಯೊಂದರ ಕಿಟಕಿಯ ಬಳಿ ಗರ ಬಡಿದಂತೆ
ನಿಂತಿರುವ ಕಿರಣ, ಮಿನುಗುವುದೋ ಬೇಡವೋ ಎಂದೆಲ್ಲ
ಲೆಕ್ಕಹಾಕುತ್ತಿರುವ ಚುಕ್ಕೆಸಾಲು!

ಈ ಬೀದಿಗೆ ಸಾಕಾಗಿದೆ,

ಮರಗಟ್ಟಿದ ಮಾತು, ಮಂಕಾಗಿ ಹೋದ ಮನೆ, ಬಿದ್ದ ಪ್ಲಾಸ್ಟಿಕ್
ಚೀಲದಲ್ಲಿ ಉಸಿರು ನೀಗಿಕೊಂಡ ಹೂವು, ಗಿಡಮರಗಳ
ದೊಗರೆದ್ದ ಬುಡ, ಹಾದಿಯ ಎದೆ ಬಗೆದು ತುಂಬಿದ ಜಲ್ಲಿಕಲ್ಲು!

ಈ ಬೀದಿಗೆ ಸಾಕಾಗಿದೆ,

ಆಗಸಕ್ಕೆ ಹೊಲಿದುಕೊಂಡ ಕಾರ್ಮೋಡ, ಜೂಗುಡಿಸುವ
ಆನ್‌ಲೈನ್ ತರಗತಿ, ಕಣ್ಣೂದಿಸಿಕೊಂಡ ಪೋನಿ ಟೈಲ್ ಹುಡುಗಿ,
ಬೀದಿಗೆ ಠೂಠೂ ಹೇಳಿದ ಮಕ್ಕಳು, ಕೋಣೆಯಲ್ಲೇ ಹಿಮಗಟ್ಟಿದ
ಹಿರಿಯರು.

ಈ ಬೀದಿಯ ಬೊಗಸೆಗೊಂದು ಸೂರ್ಯಕಾಂತಿಯ ಹೂ
ಬೀಳಬೇಕಾಗಿದೆ!

ದೀಪ ಹಚ್ಚಿಟ್ಟು ಹೋದ ಮೇಲೆ...

ಆ ಮನೆಯ ಕರಿಬೇವಿನೆಲೆಯ ಘಮ, ಉಪ್ಪಿನಕಾಯಿ ಜಾಡಿಯನ್ನು, ತಂತಿಗೆ ತೂರಿಸಿ ಇಳಿಬಿಟ್ಟಿದ್ದ ಪತ್ರಗಳನ್ನು, ಕರೆಗಟ್ಟಿದ್ದ ಬಾಗಿಲು ಕಿಟಕಿಯನ್ನು, ಕಡೆದ ಬೆಣ್ಣೆ, ಗಟ್ಟಿ ಮೊಸರಿಡುವ ಪಾತ್ರೆ, ಕಲಗಚ್ಚಿನ ಬಕೇಟು, ಬೆಂಕಿ ಸತ್ತ ಒಲೆ ಇತ್ಯಾದಿಗಳನ್ನು ಅಲ್ಲಲ್ಲೇ ಬಿಟ್ಟು ಬಂದೆವು! ಅವಕ್ಕೆಲ್ಲ ಅಮ್ಮನ ನೆನಪಿದ್ದೇ ಇರಬೇಕು. ಹಚ್ಚಿದ್ದ ಹರಳೆಣ್ಣೆಯ ಜಿಡ್ಡು ಮಾತ್ರ ಹೋಗದೆ ಉಳಿದದ್ದು ಸೋಜಿಗ!

ಅವಳ ಹಾಡು, ಮೌನ, ಕನಸು, ಗೋಡೆಗೆ ಮೆತ್ತಿಕೊಂಡಿದ್ದ ಸೋತ ಕೈಬೆರಳಿನ ಗುರುತು ಯಾವುದೂ ಅಳಿಸಿಲ್ಲ. ನೆನಪಂತೂ ಕೂದಲಲ್ಲಿ ಸಿಕ್ಕಿಕೊಂಡ ಸಿಕ್ಕಟ್ಟಿಗೆ! ಇಕ್ಕಟ್ಟು, ಚೌಕಟ್ಟು, ಮುಟ್ಟು, ಚಟ್ಟುಗಳಲ್ಲಿ ನರಳದಂತೆ 'ಅಕ್ಕರದ ದೀಪ' ಹಚ್ಚಿ ತೆರಳಿದಳು ಅಕ್ಷರದ ಹುಚ್ಚಿನ ಅಮ್ಮ! 'ಉರಿಯುವುದು' ಪದಕ್ಕೆ ಸಮಾನಾರ್ಥ 'ಬೆಳಗುವುದು' ಎಂದು ತಿಳಿದೇ ಇರಲಿಲ್ಲ!

ದೀಪ ಹಚ್ಚಿಟ್ಟು ಹೋದ ಮೇಲೆ ಎಣ್ಣೆ ತೀರುವವರೆಗೋ, ಗಾಳಿ ಬೀಸುವವರೆಗೋ ಈಗ ಬೆಳಗುತ್ತಲೇ ಇರಬೇಕಲ್ಲ!

ರೂಪಾಂತರವಾಗದ ಕವಿತೆಯೊಂದರ ಹುಡುಕಾಟ!

ಭಾಷೆಗಳೇ ಅಸಹಜ. 'ನಿನ್ನನ್ನು ಪ್ರೀತಿಸುತ್ತೇನೆ' ಎಂದು
ಯಾರಾದರೂ ಹೇಳಿದರೆ ಮಧುರವಾಗಿ ಕೇಳಬಹುದು
ಅಷ್ಟೇ, ಹೆಚ್ಚೇನಿಲ್ಲ. ಮರುಳಾಗುವುದು ಪದಗಳಿಗೋ, ಜೊತೆ
ಬೇಡುವ ನೋವಿನ ಏಕಾಂತಕ್ಕೋ, ಹಿನ್ನೆಲೆಯ ಹಾಡಿಗೋ,
ಬೆಳುದಿಂಗಳಿಗೋ, ಕಡುಕಷ್ಟಗಳಿಂದ ಪಲಾಯನಗೈಯುವುದಕ್ಕೋ?
ಉತ್ತರ ಹೇಳುವುದು ಕಷ್ಟ.

ಎದೆಯೊಳಗಿನಿಂದ ತುಟಿಗೆ ಹರಿವ ಮುನ್ನ ಎಷ್ಟೆಲ್ಲ ರೂಪಾಂತರ,
ರಸಘಟ್ಟ, ಉತ್ಪ್ರೇಕ್ಷೆ, ನಾಟಕೀಯತೆ. ಮಾತೊಂದು ಮಾಟ!
ಸುಳ್ಳುಗಳು ಸತ್ಯವಾಗಿ ಕುಣಿಯುವ ಕಣ್ಕಟ್ಟು. ಅಂದಗೊಳಿಸುವ
ವಿನ್ಯಾಸಕಾರನ ಕೈಗೊಂಬೆ. ಮೂಲವನ್ನೇ ಅವು ಮರೆಸುತ್ತವೆ.
ಬೇಕೆಂದ ಕಡೆ ಬೇಕಾದ ರೀತಿಯಲ್ಲಿ ಅನುವಾದಗೊಳ್ಳುತ್ತವೆ.
ಅನುವಾದಗೊಳ್ಳಲೆಂದೇ ಮಾತುಗಳು ಹುಟ್ಟಿಕೊಳ್ಳುತ್ತವೆ.

ಅನುಮಾನ, ಕುತೂಹಲ, ವಿಷಾದ ಅವಳಿಗೆ. ಸುತ್ತ ಒಮ್ಮೆ ನೋಡಿ,
ಎಷ್ಟೊಂದು ಮಾತು, ಯಾವುದು ನಿಜದ ಮಾತು? ಸೋತು ಒರಗಿದ
ಆಗಸದಲ್ಲಿ ಕಾಮನಬಿಲ್ಲ ಮಾತು, ಒಣ ಕೊಂಬೆಯಲಿ ಹಸಿರ ಮಾತು,
ಹರಿದು ಹೋಗುವ ಮಾತು, ಉರಿ ತಾಗಿಸುವ ಮಾತು...

ಸದ್ಯ, ರೂಪಾಂತರವಾಗದ ಕವಿತೆಯೊಂದರ
ಹುಡುಕಾಟದಲ್ಲಿದ್ದಾಳೆ!

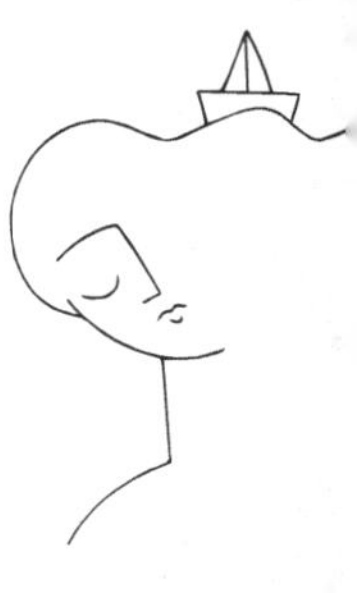

ಬೆಳಗಾದರೆ ಅದದೇ ಮನೆಯ ರಂಗೋಲಿ ನೋಡುತ್ತ ನಡೆಯುತ್ತಾಳೆ. ಕವಿ ನಿಸಾರರಿಗಿದ್ದ ಜಿಜ್ಞಾಸೆ, ಬೆರಗುಗಣ್ಣು ಯಾವುದೂ ಇಲ್ಲ. ಪ್ರಶ್ನೆಗಳೂ ಇಲ್ಲ. ಹೆಚ್ಚಿನವು ಉತ್ತರಗಳೇ!

ಈ ಕೋಚು ಕೋಚು ರಂಗೋಲಿ ಕಾಟಾಚಾರದ್ದು. ಅನಿವಾರ್ಯ ಕರ್ಮ! ಅಲ್ಲೊಬ್ಬಳು ರಂಗೋಲಿ ಇಡುವ ಮುನ್ನ ಎರಡು ಕ್ಷಣ ಸುಮ್ಮನೆ ನಿಲ್ಲುತ್ತಾಳೆ. ಯಾವ ತಿಂಡಿ ಮಾಡಲಿ ಎನ್ನುವಷ್ಟೇ ಪೇಚಾಟ! ಮತ್ತೊಬ್ಬಳು ಬಿಳಿಯ ರಂಗೋಲಿಗೆ ಕೆಮ್ಮಣ್ಣ ಬಣ್ಣ ಹೊಸೆವ ಮಣ್ಣ ಗುಣದವಳು. ಎಡಬಿಡಂಗಿಯೊಬ್ಬಳು ಸೇರಿಸಬಾರದ ಕಡೆ ಬಣ್ಣ ಸೇರಿಸಿ ಅಂದಗೆಡಹುತ್ತಿದ್ದಾಳೆ.

ಅಲ್ಲಿ, ಎದುರು ಮನೆಯಲ್ಲಿ, ಆಹಾ ಕಾಮನಬಿಲ್ಲು! ಕವಿಯಂತೆ 'ಕಾರಣ ಯಾರಿಗೆ ಗೊತ್ತು' ಎನ್ನಲಾಗುವುದಿಲ್ಲ. ಚುಕ್ಕೆಗಳು ಹೆಚ್ಚಿದಷ್ಟು ಕನಸುಗಳ ವಿಸ್ತಾರ. ಇಲ್ಲೊಬ್ಬಳು ಎಳೆ ರಂಗೋಲಿಯನ್ನು ಹಿಗ್ಗಿಸುತ್ತಲೇ ಹಿಗ್ಗುತ್ತಿದ್ದಾಳೆ. ಒಂದು ಮನೆಯ ರಂಗೋಲಿಯ ವಿನ್ಯಾಸ ಎಂದಿಗೂ

ಬದಲಾಗುವುದಿಲ್ಲ. ಗಾಣದೆತ್ತಿನಂಥ ಅಮ್ಮನ ರಂಗೋಲಿಯದು! ಅಲ್ಲೊಂದು ತೀರಾ ನಿಖರ, ನಿಷ್ಕೃಷ್ಟ. ಲೆಕ್ಕಾಚಾರ ತಪ್ಪುವುದೇ ಇಲ್ಲ. ಓಹ್, ಇಲ್ಲೊಂದಕ್ಕೆ ಅಳತೆ ಅಂದಾಜೇ ಇಲ್ಲ.

ಕೊನೇ ಮನೆಯ ಹೆಂಗಸಿನ 'ಬಣ್ಣದ ರಂಗೋಲಿ'ಯೊಂದು ಬಿಳಿಯಾಗಿ, ಚುಕ್ಕೆಯಾಗಿ, ಎಳೆಯಾಗಿ ಕೊನೆಗೀಗ ಹಾಕುವುದನ್ನೇ ನಿಲ್ಲಿಸಿದ್ದಾಳೆ ಅಥವಾ ಬರೆಯುವ, ಒರೆಸುವ ಆಟದಲ್ಲಿ ಅಳಿಸಿಯೇ ಹೋಗಿದ್ದಾಳೆ.

ಈ ಹೆಣ್ಣುಮಕ್ಕಳನ್ನು ಅರಿಯಲು ಮಾತನಾಡಿಸಬೇಕಾಗಿಯೇ ಇಲ್ಲ!

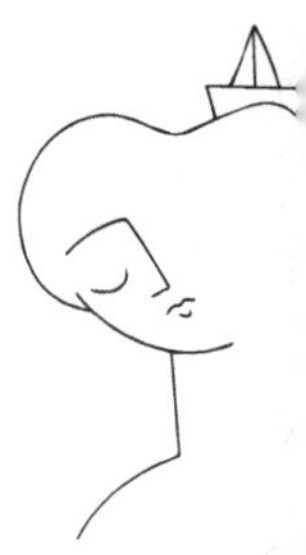

ಮಂಜುಗಟ್ಟಿದ ಭುಜಗಳ ಮರ

ಅಲ್ಲೊಂದು ಮಂಜುಗಟ್ಟಿದ ಭುಜಗಳ ಮರ. ಎತ್ತಲಾರದ, ಚಾಚಲಾರದ, ಹಿಂದೆ ಮುಂದೆ ತೂಗಲಾಗದ ಯಾತ ಯಾತರ ಯಾತನೆ! ಒಂದಿಷ್ಟು ಯತ್ನಿಸಿದರೆ ಕೈ ಮುರಿದೇ ಹೋಗಬಹುದು ಎನ್ನುವ ಭಾವ. ಭುಜಗಳು ಮಂಜುಗಟ್ಟಿವೆ, ಥೇಟ್ ನನ್ನಂತೆ! ಮೊದಲು ಬಲ, ಈಗ ಎಡ! ಮುಂದೆ ದೇಹವೇ ಹೀಗಾದರೆ ಅದನ್ನು 'ಫ್ರೋಜನ್ ಶೌಲ್ಡರ್' ಎನ್ನಬಹುದೇ?

ಮರದಲ್ಲಿ ಮೆರೆದ ಭುಜಕೀರ್ತಿಗಳೆಷ್ಟೋ! ಬೆಳ್ಳಗೆ ನಕ್ಕ ಹೂಗಳೆಷ್ಟೋ. ಈಗಂತೂ ಬರಿಯ ಕಚ್ಚುಕಚ್ಚು! ಮುಟ್ಟಿದರೆ ತರಕಲು! ಈ ಮರದಲ್ಲಿ ಹಸಿರಿತ್ತು ಎಂದು ಉಸುರುವವರಾರು? ಬಾಗು, ಬಳುಕು, ನಯ ನಾಜೂಕು ಕಳಕೊಂಡ ಕಟ್ಟಿಗೆ. ಮರದೊಳಗಿನ ಮಂದಾಗ್ನಿ ಮಂದವೇ ಆಗಿದೆ!

ಹೀಗೆ ಬರಿದಾದ ಮೇಲೂ ಚಳಿ, ಬಿಸಿಲು, ಗಾಳಿಯೆನ್ನದೆ ಎಷ್ಟು ಹೊತ್ತು ನಿಲ್ಲಬೇಕು ಅ'ಮರ' ಭಾವದಲ್ಲಿ? ಈ ಮರವೇ ತಾನೋ, ತಾನೇ ಮರವೋ ಎನ್ನಬೇಡಿ. ಈ ರೂಪಕದ ಕವಿತೆಯನ್ನು ಮರಕ್ಕೆ, ಬರೆದ ಕವಿಗೆ ಮಾತ್ರ ನೀವು ಅನ್ವಯಿಸಿಬಿಟ್ಟರೆ ಅದು ಕವಿತೆಯ ತಪ್ಪಲ್ಲ!

ಅಗೋ, ಸರಿಯಾಗಿ ನೋಡಿ, ಕಟ್ಟಿಗೆಯ ಸೀಳಿ ಬಂದಂತೆ ಬೆಳ್ಳಿ ಚುಕ್ಕೆಯ ಹೂವು!

ಇದನ್ನೂ ಹೀಗೆಯೆನ್ನಬಹುದೇ?

ಇದೊಂದು 'ಪುಟ್ಟಂಪುರುಳೆ'ಯ ಕತೆ, ವ್ಯಥೆ! ನಮ್ಮ ಕಡೆ ಇದನ್ನು 'ಅಂಟಂಪುರುಳೆ' ಎನ್ನುತ್ತಾರೆ. ಈ ಅಂಟಂಪುರುಳೆ ಸಸ್ಯವಲ್ಲ, ತೆನೆಯೂ ಅಲ್ಲ, ಬೆಳಗ್ಗೆ ಎದ್ದು ನಾಯಿ ಹಿಡಿದು ಸುತ್ತುವವಳಿಗೆ ಮೆತ್ತಿಕೊಳ್ಳುವಂಥವು.

ಅಲ್ಲೊಂದು ನಾಯಿ ಮೂಲೆಯಲ್ಲಿ ಎಂಟು ಮರಿಗಳನ್ನು ಹಾಕಿಕೊಂಡು ಕೂತಿದೆ! ಬಾಣಂತಿಗೊಂದು ಗೋಣಿಚೀಲ ತುರ್ತಾಗಿ ಬೇಕು, ಓಡುತ್ತಾಳೆ. ಬಿಸ್ಕತ್ತಿಗಾಗಿ ಕಾಯುತ್ತ ಗುರ್ರೆನ್ನುವ 'ಬಿಳಿಯ'. ಮುದ್ದು ಮಾಡೆಂದು ಒತ್ತಾಯಿಸುವ 'ಮರಿ'. ಮುಟ್ಟಿ ಓಡಿಬಿಡುವ 'ಕೆಂಚಿ'! ಆಹಾ ಅಂಟಂಪುರಲೆಗಳು!

ಟಿವಿ ಅಂಗಡಿಯ ಹುಡುಗನಿಗೊಂದು ನಗು ಬೇಕು. ಪಿಂಗಾಣಿ ಗಾಡಿಯವನಿಗೆ ಮಾತು ಬೇಕು. ದೇವಸ್ಥಾನದ ಮುಂದಿರುವ ವೃದ್ಧೆ 'ಕಾಳ'ನ ಮೈದಡವಬೇಕು. ಹಕ್ಕಿಗಳಿಗೆ ಕಾಳೆರೆಚುವವನನ್ನು ಹೆಮ್ಮೆಯಿಂದ ನೋಡಬೇಕು. ಯಾರದೋ ಮನೆಗೆಲಸದ ಹುಡುಗಿಯ ರಂಗೋಲಿಯನ್ನು ಮೆಚ್ಚಬೇಕು. ಆಹಾ ಅಂಟಂಪುರುಳೆಗಳು!

ಆ ಮನೆಯ ಮಲ್ಲಿಗೆ ನಕ್ಷತ್ರವನ್ನು ಭೇಡಿಸುತ್ತಿದೆ. ಈ ಬಣ್ಣದ ದಾಸವಾಳವನ್ನು ಕಂಡೇ ಇಲ್ಲ. ಗುಲಾಬಿ ಇಷ್ಟಗಲ!

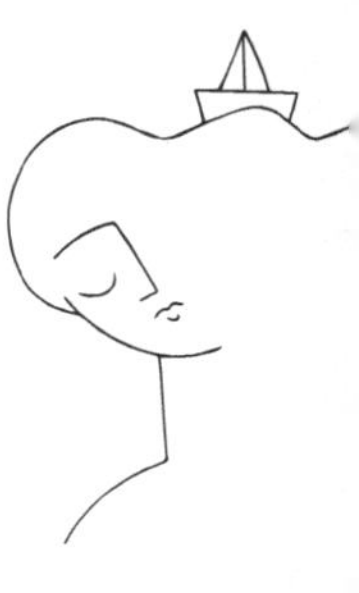

ಎಲ್ಲ 'ಅಂಟು'ಗಳ ತಂದು ಊರಬೇಕು. ದಿನವೂ 'ಹುಟ್ಟಿದ ಹಬ್ಬ'ವೆನ್ನುವ ಪುಟ್ಟ ಹುಡುಗಿಗೊಂದು ಹೂವು ಕೊಡಬೇಕು. ಆಹಾ ಅಂಟಂಪುರುಳೆಗಳು!

ಕೋಣೆಯಲ್ಲಿ ಕೂತು ಮೈಗೆ ಹತ್ತಿದ್ದನ್ನೆಲ್ಲ ಒಂದೊಂದೇ ಕೀಳುತ್ತಾ, ಕೊಡವುತ್ತ ಹೋಗುತ್ತಾಳೆ. ಮರುದಿನ ಯಥಾಪ್ರಕಾರ ಅಂಟಂಪುರುಳೆಗಳು!

ಇದನ್ನು ಕವಿತೆಯೆನ್ನಬಹುದೇ? ಅನ್ನದಿದ್ದರೆ ಕತ್ತೆಬಾಲ, ಕುದುರೆ ಜುಟ್ಟು!

ಲಯ ತಪ್ಪುವುದೊಂದು ಲಯವೇ ಇರಬೇಕು!

ಲಯ ತಿಳಿಯದಿದ್ದ ಕಾಲದಲ್ಲಿ ಗಾಳಿಯ ಉಸಿರಾಟ ಲಯಬದ್ಧವಾಗಿತ್ತು. ಅಂಗಳದ ನೀರಲ್ಲಿ ಗುಬ್ಬಚ್ಚಿಗಳು ಛಂದೋಬದ್ಧವಾಗಿ ಮೀಯುತ್ತಿದ್ದವು. ಇಬ್ಬನಿಯ ಶ್ರುತಿಯಲ್ಲಿ ತೊಯ್ದು ಅವರೆಕಾಯಿಯ ಸೊಗಡು ಅಂಗೈಗೆ ಅಂಟಿಕೊಂಡೇ ಇರುತ್ತಿತ್ತು. ತಂಬೂರಿ ಮೊದಲಾದ ಅಖಿಲ ವಾದ್ಯವಿರದಿದ್ದರೂ ಹಾಡು ಆಪ್ಯಾಯಮಾನವಾಗಿ ಎದೆಗಿಳಿಯುತ್ತಿತ್ತು. ಆಕಾಶದಲ್ಲಿ ಹೊಳೆವುದೆಲ್ಲ ನಕ್ಷತ್ರಗಳೆನಿಸುತ್ತಿದ್ದವು. ಇದ್ದ ಬದ್ದವರನ್ನೆಲ್ಲ ತುಂಬಿಕೊಂಡು ಓಡುತ್ತಿದ್ದ 'ಡಬಲ್ ಡೆಕ್ಕರ್'ನಂತಹ ಬಸ್ಸಿನಲ್ಲೂ ಸಲೀಲ ಪಯಣ. ನೃತ್ಯದ 'ನಡೆ' ಕಲಿಯುವ ಮುನ್ನ ತಪ್ಪುವುದೆಂದರೆ ಏನೆಂದು ತಿಳಿದಿರಲಿಲ್ಲ.

ಯಾರೋ ಮೆಟ್ಟಿಲೇರುತ್ತಿದ್ದರೆ ಈಗ ನಡೆ ತಪ್ಪಿದಂತೆ ಭಾಸ. ಒಂದೇ ಅಳತೆಗೆ ಹೆಚ್ಚಿದ್ದ ತರಕಾರಿ ಹೋಳುಗಳು ಸಂಬಂಧವೇ ಇಲ್ಲವೆನಿಸುತ್ತಿದೆ. ನಕ್ಷತ್ರಗಳ ನಡುವೆ ಕ್ಷುದ್ರ ನಕ್ಷತ್ರ, ಗ್ರಹ, ಉಲ್ಕೆಗಳು! ಅವಳಿ-ಜವಳಿ ಮಕ್ಕಳಲ್ಲಿ ಒಂದರ ಹುಬ್ಬು ಕೊಂಚ ಗಂಟಿಕ್ಕಿದೆ. ವಾದ್ಯಗಳ ನಡುವೆ ಹಾಡು ಎಲ್ಲೋ ಹಾರಿದೆ. ಹತ್ತಿರದಲ್ಲಿದ್ದವರ ನಡುವೆಯೂ 'ಯತಿ' ಎಂಬ ಉಸಿರ್ದಾಣ! ಜೊತೆಗಿದ್ದವರನ್ನೆಲ್ಲ ಎಳೆಯಲಾರದೆ ಎಳೆವ ರಸ್ತೆರೈಲಿನ ಪಯಣ! ಡಿಸೆಂಬರ್ ತಿಂಗಳಲ್ಲಿ ಸುರಿಯುವ ಮಳೆಯಂತೂ 'ಮಳೆಗಾಲ'ವೆಂದರೇನೆನ್ನುತ್ತಿದೆ?

ಲಯ ತಪ್ಪುವುದೊಂದು ಲಯವೇ ಇರಬೇಕು!

ಸ್ವಯಂ ಸಂಭ್ರಮೆಗೆ ಯಾವ ಹಂಗಿಲ್ಲ!

ಇಲ್ಲೇ ಎಲ್ಲೋ ಹೋದವ ಈಗ ಬಂದಾನೆಂದು ಹಾದಿ ನೋಡುವ ಹಾಗೆ ನಿಂತಿದ್ದಾಳೆ. ಬರುವವನು ಯಾರೋ, ನಿಮ್ಮ ಊಹೆಗೆ ಬಿಟ್ಟಿದ್ದು. ಅವಳೇನು ಕಾದಿರುವ ಶಬರಿಯಲ್ಲ, ಮರವನೇರುವುದಿಲ್ಲ, ಕಿವಿಯೆತ್ತಿ ಆಲಿಸುವುದಿಲ್ಲ. 'ಇಂದು ಏನಾಗಿಹುದೆ ಗೆಳತಿ?' ಎಂದು ಸಡಗರದಿಂದ ಯಾರನ್ನೂ ಕೇಳುವುದಿಲ್ಲ. ಸ್ವಯಂ ಸಂಭ್ರಮೆಗೆ ಅದರ ಹಂಗಿಲ್ಲ.

ಮಂಜಾಗಿ ಅವನೊಮ್ಮೆ ಸುರಿಯಬಹುದು, ಬಿಸಿಲಾಗಿ ಬಸವಳಿದು ಬೀಳಬಹುದು, ಮಳೆಯಾಗಿ ಕೊಚ್ಚಿದರೂ ಕೊಚ್ಚಬಹುದು. ಒಡೆದ ಹಡಗುಗಳ ನಡುವೆ ಒಡಕು ಮಾತೇಕೆ? ಕಡಲಂಥ ಅವಳ ಕಣ್ಣೆಂದೂ ಕಿರಿದಾಗುವುದಿಲ್ಲ. ಉಟ್ಟ ಮಣ್ಣ ಬಣ್ಣದ ಸೀರೆಯಲಿ ತಾನೇ ಚಿಗುರಿ, ಅರಳುತ್ತಾ ಕೆಂಪು ಹೂವಾಗುತ್ತಾಳೆ, ಇಲ್ಲವೇ ಹಬ್ಬುತ್ತ ಹಸಿರಾಗುತ್ತಾಳೆ. ಸ್ವಯಂ ಸಂಭ್ರಮೆಗೆ ಅದರ ಹಂಗಿಲ್ಲ.

ಯಾತನೆಯ ಒರೆಸಿ ಹಾಕಿರುವ ನೂತನೆಯ ಕಣ್ಣ ಕಾಡಿಗೆ ನೀರಾಗುವುದಿಲ್ಲ, ತುಟಿ ರಂಗು ಅಳಿಯುವುದಿಲ್ಲ, ಅಳಿಸುವುದೂ ಇಲ್ಲ. ಬರುವನೋ, ಬಾರನೋ ಎಂಬ ಗೊಂದಲವೇ ಇಲ್ಲ. ಸ್ವಯಂ ಸಂಭ್ರಮೆಗೆ ಯಾವುದರ ಹಂಗಿಲ್ಲ.

ಮೀಟುತ್ತಲೇ ಇರಬೇಕು

ವೀಣೆಯೊ, ದೇಹ ವೀಣೆಯೊ ಮಗುವಂತೆ ಎತ್ತಿಕೊಳಬೇಕು.
ಮುದ್ದಿಗಷ್ಟೇ ಒಲಿವ, ನಲಿವ, ಹಟಮಾರಿ! ಉಗುರಾದರೂ ಸರಿ,
ಮೆಲ್ಲಗೆ ಮೀಟುತ್ತಲೇ ನುಡಿಯಬೇಕು. ಮಂದ್ರವೆಂದರೆ ಮಂದ್ರ,
ತಾರವೆಂದರೆ ತಾರ, ಸ್ಥಾಯಿಯಾಗದೆ ಸದಾ ಸಂಚಾರಿಯಾಗಬೇಕು.

ಮೀಟುವ ಬೆರಳು, ಉಕ್ಕುವ ಕೊರಳು ಜೊತೆಗೂಡಬೇಕು.
ಬಯಲು ನುಡಿಸುವ ವಾಸವದತ್ತೆಯ ಉನ್ಮಾದಕ್ಕೂ ಉದಯನನ
ಘೋಷವತಿಯಾಗಿ ಶ್ರುತಿ ಸೇರಿಸಬೇಕು. ತಂತಿ ಹರಿದರೆ
ನರವನ್ನೇ ಕೀಳುವ, ಅಂಟಿಸುವ ಹುಚ್ಚನ್ನು ಮೆಚ್ಚುವ ರಾವಣನ
ರುದ್ರವೀಣೆಯಾಗಬೇಕು. ಅನಾಹತದ ರಾಗಕ್ಕೆ ಸದಾ ಕಿವಿಗೊಟ್ಟಿರಬೇಕು.

ಇಲ್ಲಿ ಕೊಡವಿದೆ ಜೀವಜಲ ತುಂಬಿಕೊಳ್ಳಲು, ದೋಣಿಯಿದೆ
ಯಾನಕ್ಕೆ, ಮೆಟ್ಟಿಲಿವೆ ಏರುವುದಕ್ಕೆ, ಮೇಣವಿದೆ ಅಂಟಿಕೊಳ್ಳುವುದಕ್ಕೆ!
ಬುರುಡೆ ಮಾತುಗಳೂ ಇವೆ, ಬಿಗಿ ಹಿಡಿಯಲು ಬಿರಟೆಯೂ
ಇದೆ, ಹರಟಲು ಜಗುಲಿಯಿದೆ, ಜೀವ ಝುಲ್ಲೆನ್ನಿಸಲು ತಂತಿಗಳಿವೆ.
ಬೆಂಕಿಯಲ್ಲಿಟ್ಟು ಕಾಯಿಸಿ ಮೇಳ ಕಟ್ಟಿ, ಸುಸ್ವರಕ್ಕೆ ಸಿದ್ಧಗೊಂಡಿದೆ.

ಚಿತ್ರವೊ ವಿಚಿತ್ರವೋ ಸರಸತಿಯಾಗಿ ಮಿಡಿಯುತ್ತಲೇ ಇರಬೇಕು.

'ತೆರೆದ ಬಾಗಿಲು ನಾನು, ಸರ್ವ ಋತು ಬಂದರು!'

ಅವಳೊಂದು ತೆರೆದ ಬಾಗಿಲಿನಂತೆ ಓಡಾಡುತ್ತಾಳೆ. ಬರುವವರಿಗೆ ಬರುವುದು, ಹೋಗುವವರಿಗೆ ಹೋಗುವುದು ಅತಿ ಸರಳವೆನ್ನುವಂತೆ! ತೆರೆದ ಬಾಗಿಲಾಗುವುದೇನು ಸುಲಭವೇ? ಕತ್ತಲು, ಬೆಳಕು, ಸೂರ್ಯ, ಚಂದ್ರ, ಚುಕ್ಕಿ ಎಲ್ಲರೊಂದಿಗೂ ಒಂದೇ ಬಗೆಯಲ್ಲಿ ಮಾತನಾಡಬೇಕು. ಬಿಸಿಲು ಚಳಿ, ಮಳೆಗೆ ಮಿಸುಕಾಡದಂತಿರಬೇಕು. ಮಂಜು ಮುಸುಕುವುದು ಕಂಡರೂ ಮೌನವಾಗಿರಬೇಕು.

ಬರುವವರು ಯಾರೋ? ಬೆಂಕಿಯಂಥವರೋ, ಬಿರುಗಾಳಿಯಂಥವರೋ, ಸುಮ್ಮನಿರಬೇಕು. ತಂಗಾಳಿ ತಂಪಿನವರನ್ನೂ ನಿರ್ಭಾವುಕವಾಗಿ ಬೀಳ್ಕೊಡಬೇಕು. ಮಲ್ಲಿಗೆಯ ಕಂಪಿನೊಂದಿಗೆ ದುರ್ನಾತ ಸಹಿಸಬೇಕು.

'ಬರುವ ಬಾಗಿಲು ಮಣ್ಣು, ಬಿಡುವ ಬಾಗಿಲು ಮಣ್ಣು!' ಸರಿ, ನಡುವೆ ಕಾಪಾಡುವುದೇನು ತಾಯ ಕಣ್ಣು?! ಅವಳೊಂದು ತೆರೆದ ಬಾಗಿಲಿನಂತೆಯೇ ಓಡಾಡುತ್ತಾಳೆ!

ತನ್ನನ್ನೇ ಪ್ರೀತಿಸುತ್ತ...

ಪ್ರೀತಿಸಿದ್ದೆಲ್ಲ ಮುರಿಯುತ್ತದೆ, ಮುಳುಗುತ್ತದೆ ಅಥವಾ ದೂರ ತೇಲಿ ಹೋಗುತ್ತದೆ. ಅಂಗೈಯೊಳಗಿದ್ದ ನಕ್ಷತ್ರ ಆಕಾಶದ ಸೂರಿಗೆ ಸಿಕ್ಕಿಕೊಳ್ಳುತ್ತದೆ. ಉಕ್ಕುಕ್ಕಿ ಬರುತ್ತಿದ್ದ ಕವಿತೆಗೆ ಇದ್ದಕ್ಕಿದ್ದಂತೆ ಎದ್ದ ಅಣೆಕಟ್ಟು!

ಕೂಡಿಟ್ಟುಕೊಂಡಿದ್ದ ಪತ್ರ, ನವಿಲುಗರಿ, ಸರಸತಿ ಎಲೆಗಳೆಲ್ಲ ಕಸವಾಗಿಬಿಡುತ್ತವೆ. ಬೆಳಕಿನೊಂದಿಗೆ ನಡೆಯುತ್ತಿದ್ದವಳು ನೆರಳಿನಲ್ಲಿ ಹೂತು ಹೋಗುತ್ತಾಳೆ. ಬೆಳುದಿಂಗಳು ಸುಣ್ಣವಾಗಿ, ಕಣ್ಣುಗಳು ಬಿಂಬವನ್ನು ಮರೆಯುತ್ತವೆ! ಗೆಜ್ಜೆಗಳು ಉದುರಿದ್ದರೂ 'ಗೆಜ್ಜೆ' ಎನ್ನುವ ಅರ್ಥಹೀನ ಪದದ ಬಳಕೆ. ಕಿವಿಯ ಪೊರೆಯನ್ನು ತೂರದ ಕುಕಿಲು, ಕುಲು ಕುಲು ನಿನಾದ!

ಈಗವಳು ತನ್ನನ್ನೇ ಪ್ರೀತಿಸುತ್ತ ಎದೆಯೊಳಗೊಂದು ಸೂರ್ಯನ ಹುಟ್ಟು ಹಾಕುತ್ತಾಳೆ!

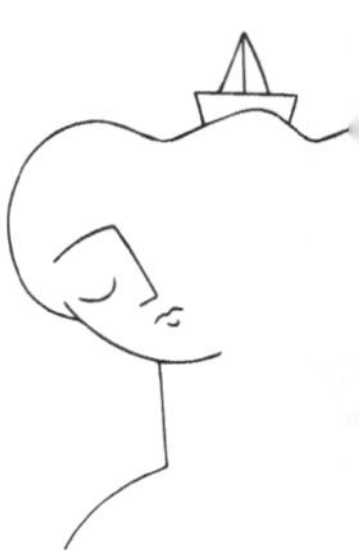

ನೋವೊಂದು ಮರವೇ?

ಕೊಂಬೆಗೆ ಸಿಕ್ಕಿ ಕಣ್ಣೀರಿಡುವ ಚಂದ್ರ, ಉದುರುತ್ತಿರುವ ಹಳದಿ ಎಲೆ, ಗಂಧ ಹೊತ್ತೊಯ್ಯುತ್ತಿರುವ ಗಾಳಿ, ಒಳಗುಳಿದೇ ಬಿಟ್ಟಿರುವ ಮಂದಾಗ್ನಿ! ಕಣ್ಣಲ್ಲಿ ತೊಟ್ಟಿಕ್ಕುತ್ತಿರುವ ಹನಿ ಇಬ್ಬನಿ, ಯಾತನೆಯ ಮೀಟುವ ರೆಂಬೆ ಬೆರಳು, ಮರೆತೇ ಹೋದ ಹೂಗಳು!

ಲಕ್ಷ ನಕ್ಷತ್ರಗಳ ಬೆಳಕು ಉರಿದ ಕಟ್ಟಿಗೆ! ಎದುರಲ್ಲೊಂದು ನಿರ್ಜನವಾದ ಹಾದಿ. ನಿನಾದ ಮರೆತ ನದಿ. ತಲೆ ಮರೆಸಿಕೊಂಡಿರುವ ಸೂರ್ಯ. ತೊರೆದ ನೆರಳು. ಕತೆ ಮುಗಿಯುವುದೇ ಇಲ್ಲ...ಇಲ್ಲ. ತಾನೇ ಸುತ್ತ ಚೆಲ್ಲಿದ ಬೀಜಗಳು ಮೊಳಕೆಯೊಡೆಯುತ್ತಿವೆ!

ನೋವೊಂದು ಮರವೇ? ಅ‘ಮರ’ವೇ?

ಬಿಳಿಯುಡುಪು ತೊಟ್ಟು ಅಲೆದರೆ 'ಶ್ವೇತಾಂಬರಿ', 'ವಿರಾಗಿ' ಎಂಬ ಬಣ್ಣಗಳನ್ನು ಬಳಿಯಬೇಡಿ. ಹಾಲಿನಂತೆ ಪರಿಶುದ್ಧ ಎನ್ನುವುದಂತೂ ಮೂರ್ಖತನವಾದೀತು. ಕಾಮನಬಿಲ್ಲೊಂದು ಗರಗರನೆ ಸುತ್ತಿ ಸುತ್ತಿ ಬೆಳಕಾಗಿದೆ ಅಷ್ಟೇ. ಬೆಳಕನ್ನು ನಿಮ್ಮ ಭಾಷೆಯಲ್ಲಿ ಬಿಳಿ ಎಂದರೆ ಸಾಕು. 'ಕಪ್ಪು' ಎನ್ನುವ 'ವಿರುದ್ಧ ಪದ' ಹುಟ್ಟು ಹಾಕಿ ಎದುರು ನಿಲ್ಲಿಸಬೇಡಿ.

ಬಣ್ಣಗಳಿಗೆ ನೀವೇ ಅಂಟಿಸಿದ್ದೆಲ್ಲವೂ ಒಳಗಿದೆ, ಕಿತ್ತಳೆಯ ಖುಷಿ ಉತ್ಸಾಹ, ಹಳದಿಯ ಪ್ರಕಾಶ ಪ್ರಖರತೆ, ಕೆಂಪಿನ ಪ್ರೀತಿ ಕೋಪ, ಹಸಿರಿನ ತಾಯ್ತನ, ನೆಮ್ಮದಿ. ಆಳಕ್ಕಿಳಿಯುತ್ತ ಹೋದರೆ ನೀಲಿ ಕಡಲು, ಕೆನ್ನೀಲಿಯ ನೋವು ಎಲ್ಲ ಎಲ್ಲ!

ಸೀಮೆಸುಣ್ಣದಲ್ಲಿ ಬರೆದ ಅಕ್ಷರದ ಧೂಳು ಕೊಡವಲಾಗದಷ್ಟು ಉದುರಿ ಈಗ ಬಿಳಿಯ ಬೊಂಬೆ! ನಿಜವೆಂದರೆ ಒಳಗೊಂದು ಕಾಮನಬಿಲ್ಲು ಮೂಡುವುದಕ್ಕೆ ಕಾದುಕೊಂಡೇ ಇದೆ!

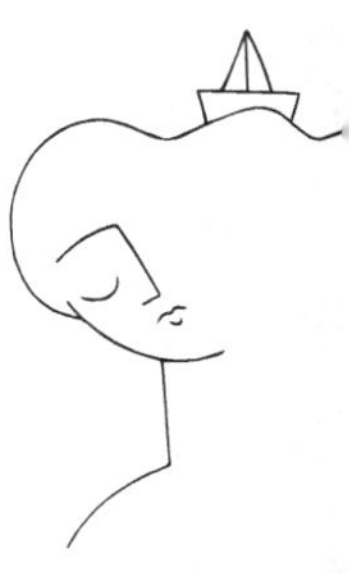

ಹೊಸ ಭಾಷೆ ಕಲಿಯಬೇಕಿದೆ

ಅವನ ನೆನಪುಗಳಿಂದ ತಪ್ಪಿಸಿಕೊಳ್ಳಲು ನಾನೀಗ ಹೊಸ ಭಾಷೆಯೊಂದನ್ನು ಕಲಿಯಬೇಕಿದೆ. ನದೀತೀರ, ಚಂದ್ರ, ತಂಗಾಳಿ ಮುಂತಾದ ಪದಗಳ ನಿರ್ದಯವಾಗಿ ನಿಘಂಟಿನಿಂದ ಕಿತ್ತೆಸೆಯಬೇಕಿದೆ. ಮೆದುಗೊಳಿಸುವ ಹಾಡನ್ನು ಗಂಟಲಲ್ಲೇ ಹೂತು, ನಕ್ಷತ್ರ ನಿಹಾರಿಕೆಯ ಕನವರಿಕೆ ನಿಲ್ಲಿಸಬೇಕಿದೆ.

'ಅಂಗಾಲ ಸಂಜೆಗೆಂಪು, ಮೋಹದ ಮಲ್ಲಿಗೆಯ ಕಂಪು' ಕವಿತೆ ಸಾಲುಗಳ ಚರ್ಮದ ಸುಕ್ಕಿನಲ್ಲಿ ಬಚ್ಚಿಡಬೇಕಿದೆ. ಕಣ್ಣೊಳಗಿನ ಯೌವನ, ಶಿಶಿರದೆಲೆಗಳ ನಡುವೆ ಇಣುಕುತ್ತಿರುವ ಚೈತ್ರವನ್ನು ಮರೆಮಾಚಬೇಕಿದೆ. ಕುಣಿವ ಕಾಲಿಗೆ ನಿಶ್ಯಬ್ದವನ್ನು, ವೀಣೆಗೆ ಮೌನವನ್ನು, ಕಡಲಂಥ ಕಣ್ಣಿಗೆ ನಿರ್ಲಿಪ್ತತೆಯನ್ನು ಕಲಿಸಬೇಕಿದೆ.

ಕೊನೆಗೊಂದು ದಿನ–ನನ್ನನ್ನೇ ನಾನು ಹುಡುಕಿ ಅಲೆಯಬೇಕಿದೆ!

ಅಶಾಂತೆಯ ಶಾಂತ ರಸ!

ಕವಿತೆಯೊಂದು ತಾರಸಿಯ ಮೇಲೆ ಕುಣಿಯಿತು, ನಿರ್ಲಕ್ಷಿಸಿದಳು. ಹಿತ್ತಲ ಬಾಗಿಲು ತಟ್ಟಿ ಹೆದರಿಸಿತು, ಕಿವುಡಾದಳು. ಕಿಟಕಿಯಲ್ಲಿ ಇಣುಕಿಣುಕಿ ನೋಡಿದಾಗಂತೂ ಕುರುಡಾದಳು. ಒಂದು ದಿನ ತೀರಾ ಮುಂಬಾಗಿಲನ್ನೇ ಬಡಿದುಬಿಟ್ಟಿತು. ಚಿಲಕವನ್ನು ಭದ್ರಪಡಿಸಿದಳು. ಎದೆಯೊಳಗಿಂದಲೇ ಎದ್ದು ಬಂದಾಗ ತಬ್ಬಿಬ್ಬಾದಳು.

ಕವಿತೆಯೆಂಬ ಕುರುಡು ನೊಣದಿಂದ ತಪ್ಪಿಸಿಕೊಳ್ಳುವುದು ಹೇಗೆ? ಬಡಿದು ಬಿಸಾಕಲು ಪೊರಕೆ ಹಿಡಿದು ಓಡಾಡಿದಳು, ಅಡುಗೆ ಮನೆ ಸೇರಿದಳು, ಕೋಣೆಯ ಕದ ಮುಚ್ಚಿದಳು. ಉಹು, ಬಿಡಲೇ ಇಲ್ಲ. ಅಮ್ಮನೇಕೆ ಕಾವ್ಯ ಗಮಲಿನ ಓಲೆಗರಿಗಳ ಕಟ್ಟನ್ನು ಕಟ್ಟಿ ಅಟ್ಟಕೆಸೆದಿದ್ದಳು? ಕವಿತೆಯೆಂದರೆ ಬರಿಯ ಕವಿತೆಯೇ? ಶೃಂಗಾರ, ಹಾಸ್ಯವನ್ನಷ್ಟೇ ಹೊತ್ತು ತರುವುದೇ? ಕರುಣೆಯೊಂದಿಗೆ ರೌದ್ರ, ಭಯಾನಕ, ಬೀಭತ್ಸಗಳಿಲ್ಲವೇ? ತಪ್ಪಿಸಿಕೊಳ್ಳುವುದು ಹೇಗೆ? ಅಯ್ಯೋ!

ಹೊರಗೋಡಿ ನೋಡಿದರೆ ಒಂಟಿತನಕ್ಕೆ ಜಗ್ಗದ ಆಗಸದ ವೀರ 'ಮಿತ್ರ'! ತಲೆ ಎತ್ತಿ ನಿಂತ ಹೂವು, ಕೊಳೆ ತೊಳೆವ ಮಳೆ, ಎಂಥ ಅದ್ಭುತ! 'ಶಾಂತ ರಸ'ವನ್ನು ಕಟ್ಟಿ ಕಡೆಗೆ ಸೇರಿಸಿದಂತೆ ಕವಿತೆಯೊಂದಿಗೆ ಸುಮ್ಮನಿದ್ದುಬಿಟ್ಟಿದ್ದಾಳೆ!

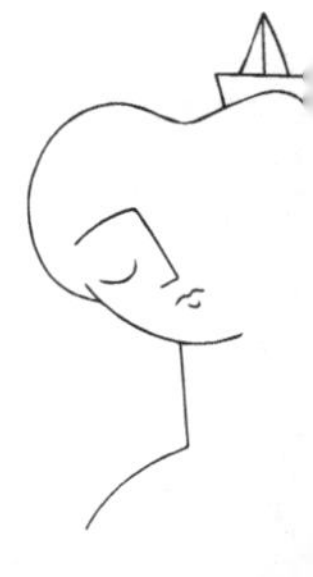

ಕೆಲವೊಂದು ದಿನ

ಕೆಲವೊಂದು ದಿನ ಎಲೆ ಉದುರುವ ಮರ, ಮೋಡವಾದ ಚಂದ್ರ, ಬತ್ತಿ ಹೋದ ಹೂವಾಗುತ್ತೇವೆ. ಒಂಟಿ ಸೂರ್ಯ, ಹಿಮಗಟ್ಟಿಸಿಕೊಂಡ ಮನೆ, ಹಾಡು ಕಳೆದುಕೊಂಡ ಹಕ್ಕಿಯಾಗುತ್ತೇವೆ. ಕಡಲಂತೆ ಉಕ್ಕಿ. ಬಿರುಮಳೆಯಾಗಿ ಕೊಚ್ಚಿ, ಬೆಂಕಿ ಬಿಸಿಲಿನಂತೆ ಸುಡುತ್ತೇವೆ.

ಕೆಲವೊಂದು ದಿನ

ಚಿಗುರಿನಲ್ಲಿ ತೂಗಿ ಬಾಗಿ, ಹೂವಂತೆ ಬಣ್ಣ ತಳೆಯುತ್ತೇವೆ. ನಕ್ಷತ್ರಗಳ ನಡುವೆ ಉಡುರಾಜನಾಗಿ ಕಲರವದ ಗೂಡಾಗುತ್ತೇವೆ. ಬೆಳುದಿಂಗಳೋ ಸೋನೆ ಮಳೆಯೋ ಸುರಿಸಿ, ಅಲೆಯಂತೆ ಕಚಗುಳಿಯಿಟ್ಟು, ತಂಪು ತಂಗಾಳಿಯಾಗುತ್ತೇವೆ.

ಆದರೆ,

ಬಿಸಿಲು ಧಗಧಗಿಸುವಾಗ ತಂಪಾಗುವುದು, ಮಳೆ ಸುರಿಯುವಾಗ ಒಣಗಿ ಹೋಗುವುದು, ಚಳಿ ಮುತ್ತಿಕೊಂಡಾಗ ಬೆವರುವುದು... ಇದಾವ ಋತು? ಹೆಸರಿಡಲು ಸಾಧ್ಯವೇ ದಯವಿಟ್ಟು ಹೇಳಿ.

ವಿರುದ್ಧ ಪದಗಳ ಹುಡುಕಾಟ!

ಸೊಗಯಿಸಿ ಬಂದಿದೆ ಮಾಮರ! ಕೋಗಿಲೆ ಕೂತು ಹಾಡಬೇಕೆಂಬ ನಿಯಮವೇನಿಲ್ಲ. ಕಾಗೆ ಗೂಬೆ ಯಾವ ಹಕ್ಕಿಯಾದರೂ ಆದೀತು. 'ಕಾಗೆ ಮರಿ ಕೋಗಿಲೆಯಾಗಬಲ್ಲುದೆ?' ಎಂದವರು ನೀವೇ ಹೊರತು ಮಾವಿನ ಮರವಲ್ಲ. ಮಾವಿಗೆ ಕೊಟ್ಟ ಪ್ರಾಸ ಬೇವು, ಸಿಹಿಗೆ ವಿರುದ್ಧ ಕಹಿ!

ತನ್ನ ಪಾಡಿಗೆ ತಾನು ಚಿಗುರಿ, ಕೊಂಬೆ ಚಾಚಿ, ಹೂ ಹಣ್ಣಿನಲ್ಲಿ ನಳನಳಿಸಿ ನಗುವ ಮರಕ್ಕೆ ಹುನ್ನಾರಗಳು ಅರಿವಾಗುವುದೇ ಇಲ್ಲ. ಬೀಜ ಉದುರಿ, ಮತ್ತೊಂದು ಗಿಡ, ಮತ್ತೊಮ್ಮೆ ಚಿಗುರು, ಹೂ, ಹಣ್ಣು ಅಷ್ಟೇ!

ಎಲ್ಲದಕ್ಕೂ ನಿಮ್ಮದು 'ವಿರುದ್ಧ ಪದ'ದ ಹುಡುಕಾಟ. ಸಿಗದಿದ್ದರೆ ತತ್ತರಿಸಿ ಎಂಥದ್ದನ್ನೋ ಎದುರಿಗೆ ತಂದು ನಿಲ್ಲಿಸಿ ಕಾದಾಡಲೇಬೇಕು. ಮಾಗಿಯ ಕೋಗಿಲೆಯಂತೆ ಯಾರೂ ಇಲ್ಲಿ ಮೂಗರಾಗಬಾರದು. ಹುಲಿಯೋ, ನರಿಯೋ ಯಾವುದೋ ವೇಷ ತೊಟ್ಟು ಕುಣಿಯುತ್ತಿರಬೇಕು.

ಎಲೆ ಕಳಚಿ ನಿಂತ ಮರದ ಮೌನ, ವಿಷಾದ, ಚಿಗುರ ಭರವಸೆ ಯಾವುದೂ 'ವಿರುದ್ಧ ಪದಗಳ' ಹುಡುಕಾಡುವವರಿಗೆ ಅರ್ಥವಾಗುವುದಿಲ್ಲ.

ಸುಮ್ಮನೆ ಬೀದಿಗೆ ಬನ್ನಿ

ಎದೆಯಲ್ಲಿ, ಕಣ್ಣಲ್ಲಿ ನೋವಿನ ಕಡಲು ತುಂಬಿಕೊಂಡವರೇ,
ಸುಮ್ಮನೆ ಬೀದಿಗೆ ಬನ್ನಿ. ಅಗೋ ಆ ಮನೆಯಲ್ಲೊಂದು
ಜೋಕಾಲಿ. ಜೀಕಿ ಬಿಡೋಣ ಮನದೊಳಗೆ. ಇಲ್ಲೇ
ಎದುರಲ್ಲೇ ಹೂದೋಟ, ಹೂವಾಗಿ ಅರಳೋಣ.
ಆಕಾಶದಲ್ಲೊಂದು ನಕ್ಷತ್ರ ಯಾತ್ರೆ ಮಾಡಿಬಿಡೋಣ. ಚಂದ್ರನ
ಜೊತೆ ಮಾತು ಕತೆಯಾಡಿ ಬೆಳುದಿಂಗಳಾಗಿ ಮರಳೋಣ.

ಸುಮ್ಮನೆ ಬೀದಿಗೆ ಬನ್ನಿ. ವಸಂತದ ಮರಗಳೊಂದಿಗೆ
ಕಾಗೆಯದೋ ಕೋಗಿಲೆಯದೋ ಹಾಡಾಗಿ ಬಿಡೋಣ.
ಉರಿ ಬಿಸಿಲಲ್ಲಿ ಉರಿದು, ಬೀದಿ ಜಗಳದಲ್ಲಿ ಬೆರೆತು,
ಅತ್ತವರ ಜೊತೆ ಅತ್ತು, ನಕ್ಕು ಹಗುರಾಗಿ ಮರಳೋಣ.

ಸುಮ್ಮನೆ ನನ್ನಂತೆ ಬೀದಿಗೆ ಬನ್ನಿ.

ಕವಿತೆಯೆಂದರೆ...

ಕವಿತೆಯೆಂದರೆ ಹಲವರಿಗೆ ಸದರ, ಕೆಲವರಿಗೆ ಕೇವಲ! ನಕ್ಷತ್ರ, ಬಿರುಗಾಳಿ, ಬೆಂಕಿ, ಬೆಳುದಿಂಗಳು ಇಷ್ಟನ್ನು ಕಲಿತರೆ ಸಾಕು, ಕವಿತೆ ಬರೆದಂತೆ ಎಂದರು ಯಾರೋ?!

ನಕ್ಷತ್ರವಾಗುವುದೆಂದರೆ ತನ್ನೊಳಗೆ ತಾನು ಸದಾ ಉರಿಯುತ್ತಲೇ ಇರಬೇಕು. ಬಿರುಗಾಳಿಯಾದರೆ ಒಳಗಿನ ತಂಗಾಳಿಯನ್ನು ಎತ್ತಿ ಬಿಸಾಕಬೇಕು. ಬೆಂಕಿಯಾಗಿ ಬೇಯುತ್ತಲೇ ಇರಬೇಕು. ಬೆಳುದಿಂಗಳ ನಟಿಸುತ್ತ ತನ್ನದಲ್ಲದ ಬೆಳಕನ್ನು ಬೀರಬೇಕು.

ಕವಿತೆಯೊಂದು ಪದಗಳಲ್ಲಿ ಅವಿತಿದೆಯೇ, ಭಾವದಲ್ಲಿಯೇ? 'ಮನೆ' ಎಂದ ಕ್ಷಣವೇ ಆನಂದ, ವಾತ್ಸಲ್ಯ, ಸಂಭ್ರಮ ಅಷ್ಟೆಯೇ, ಸಂಬಂಧಗಳ ಬಿರುಕು, ನಡುವೆ ಎದ್ದ ಗೋಡೆ, ಕುಸಿದ ಸೂರು ಕೂಡ ಕವಿಗೆ! ಒಂದು ಪದದ ಪ್ರವೇಶವೇ ಒಮ್ಮೊಮ್ಮೆ ಪ್ರಾಯೋಪವೇಶ! ಹಲವೊಮ್ಮೆ ಬೆಂಕಿ, ಬಿರುಗಾಳಿ, ಎಲ್ಲೋ ಕೆಲವೊಮ್ಮೆ ಬೆಳುದಿಂಗಳು.

(ಪ್ರಾಯೋಪವೇಶ: ಸ್ವಂತ ಇಚ್ಛೆಯಿಂದ ಮರಣ ಹೊಂದುವುದು)

ಕಣ್ಣಲ್ಲಿ ಮುಚ್ಚಿಟ್ಟುಕೊಂಡಿದ್ದಾಳೆ

ಅವಳೊಂದು ಆಕಾಶವನ್ನು ಕಣ್ಣಲ್ಲಿ ಮುಚ್ಚಿಟ್ಟುಕೊಂಡಿದ್ದಾಳೆ. ಪ್ರೀತಿಸಿದವರೆಲ್ಲ ಅಲ್ಲಿ ನಕ್ಷತ್ರವಾಗಿ ಹೊಳೆಯುತ್ತಿದ್ದಾರೆ. ಉರಿದು ಬೀಳುವ ಉಲ್ಕೆ, ಬಾಲ ಬಿಚ್ಚುವ ಧೂಮಕೇತು, ಅಪ್ಪಳಿಸುವ ಸಿಡಿಲನ್ನು ಎದೆಯ ಕೃಷ್ಣಕುಳಿಯಲ್ಲಿ ಹೂತು ಹಾಕಿದ್ದಾಳೆ.

ಅವಳೊಂದು ಕಡಲನ್ನು ಕಣ್ಣಲ್ಲಿ ಮುಚ್ಚಿಟ್ಟುಕೊಂಡಿದ್ದಾಳೆ. ಅಂತಃಕರಣ ಅಲೆ ಅಲೆಯಾಗಿ ಕಾಲ ತಬ್ಬುತ್ತದೆ. ತಿಮಿಂಗಿಲ, ಅಕ್ಟೋಪಸ್, ಶಾರ್ಕ್‌ಗಳನ್ನು ಆಳಕ್ಕೆ ತಳ್ಳಿ ಮುತ್ತು ರತ್ನಗಳ ಹೊರಗೆಸೆಯುತ್ತಾಳೆ.

ಅವಳೊಂದು ಹೂವನ್ನು ಕಣ್ಣಲ್ಲಿ ಮುಚ್ಚಿಟ್ಟುಕೊಂಡಿದ್ದಾಳೆ. ಚೆಲುವು, ಬಣ್ಣ, ಬೆರಗಿನ ಕಂಪು ಸದಾ ಸೂಸುತ್ತಾಳೆ. ದಳ ಮುಚ್ಚಿ ದುಂಬಿಗಳ ಉಸಿರುಗಟ್ಟಿಸಿದ್ದು, ವಾಸನೆಯಲ್ಲಿ ಬವಳಿ ಬೀಳಿಸಿದ್ದನ್ನು ಅರಳುತ್ತಲೇ ಮರೆತುಬಿಡುತ್ತಾಳೆ.

ಒಂಟಿ ನಿಂತವಳಿಗೆ...

ಬಣ್ಣಗಳನ್ನು ಹೊತ್ತು ಒಂಟಿ ನಿಂತವಳಿಗೆ ತಾನು ಹೂವೆಂದೇ ತಿಳಿದಿರಲಿಲ್ಲ, ಬೆರಗುಗಣ್ಣುಗಳ ಭೇಟಿಯಾಗುವವರೆಗು, ಚಿತ್ತದಲಿ ಚಿತ್ರವಾಗುವವರೆಗು, ವಿಷದ ಸೂಜಿ ಹುಳು ರೆಕ್ಕೆ ತಳೆಯುವವರೆಗೂ...! ಜೇನು ತುಂಬಿ ನಿಂತವಳಿಗೆ ತಾನು ಹೂವೆಂದೇ ತಿಳಿದಿರಲಿಲ್ಲ. ಭೃಂಗ ಬೆನ್ನೇರುವವರೆಗು, ಗುಂ ಗುಂ ಗಾನ ಕೇಳುವವರೆಗು, ಮಧುವಾಗಿ ಹಾರುವವರೆಗೂ...!

ಪರಿಮಳದ ಅರಿವಿರದೆ ಒಂಟಿ ನಿಂತವಳಿಗೆ ತಾನು ಹೂವೆಂದೇ ತಿಳಿದಿರಲಿಲ್ಲ. ಎಲರು ಎಲ್ಲ ಕಡೆ ಬೀಸುವವರೆಗು, ಕಂಪಿನ ಹೊಳೆಯಲ್ಲಿ ಮೀಯುವವರೆಗು, ಸುವಾಸನೆಯ ಸೂಸುವವರೆಗೂ...! ಸ್ವಕೀಯವೋ, ಪರಕೀಯವೋ ಪ್ರೀತಿಯ ಪರಾಗಸ್ಪರ್ಶವಾಗುವವರೆಗೂ ಹೂವೆಂದೇ ತಿಳಿಯದಿದ್ದವಳು–ಈಗ ಹೂದೋಟವಾಗಿದ್ದಾಳೆ!

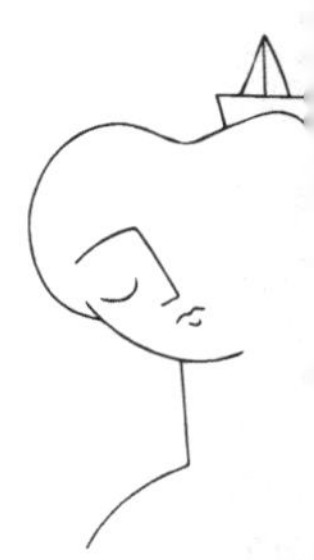

ನನ್ನೊಳಗೆ ನಾನೇ!

ನನ್ನೊಳಗೆ ನಾನು ನದಿಯಾಗಿಬಿಡುತ್ತೇನೆ. ಎಲ್ಲಿ, ಹೇಗೆ ಹರಿಯುತ್ತೇನೆ ಎನ್ನುವುದೆಲ್ಲ ನಿಮಗೆ ತಿಳಿಯಬೇಕಿಲ್ಲ. ಕೆಲವನ್ನು ಕೊಚ್ಚಿ ಹಾಕುತ್ತೇನೆ, ಮತ್ತೆ ಕೆಲವನ್ನು ತೇಲಿಸುತ್ತೇನೆ, ಹಲವಷ್ಟನ್ನು ಹೊತ್ತು ನಿಧಾನ ಸಾಗುತ್ತೇನೆ.

ನನ್ನೊಳಗೆ ನಾನು ಮರವಾಗಿಬಿಡುತ್ತೇನೆ. ಬಿರುಮಳೆ, ಗಾಳಿಗೆ ಹೇಗೆ ಎದೆಯೊಡ್ಡುತ್ತೇನೆ ಎನ್ನುವುದೆಲ್ಲ ನಿಮಗೆ ತಿಳಿಯಬೇಕಿಲ್ಲ. ಕೆಲವನ್ನು ಉದುರಿಸುತ್ತೇನೆ. ಮತ್ತೆ ಕೆಲವನ್ನು ಚಿಗುರಿಸುತ್ತೇನೆ. ಹಲವಷ್ಟನ್ನು ಹೊತ್ತು ತೂಗುತ್ತ ಮಾಗುತ್ತೇನೆ.

ನನ್ನೊಳಗೆ ನಾನು ಚಂದ್ರನಾಗುತ್ತೇನೆ. ನೀವು ಅಂಟಿಸಿದ ಕಲೆ, ಕಳಂಕವ ಹೇಗೆ ಹೊತ್ತು ತಿರುಗುತ್ತೇನೆ ಎನ್ನುವುದೆಲ್ಲ ನಿಮಗೆ ತಿಳಿಯಬೇಕಿಲ್ಲ. ಕೆಲವೊಮ್ಮೆ ಕುಂದುತ್ತೇನೆ, ಮತ್ತೆ ಕೆಲವೊಮ್ಮೆ ಹೆಚ್ಚುತ್ತೇನೆ. ಬೆಳಕು ಎಲ್ಲಿಂದ ಪಡೆದಿದ್ದರೂ ಸರಿ, ಬೆಳುದಿಂಗಳನ್ನೇ ಹರಡುತ್ತೇನೆ!

ನನ್ನೊಳಗೆ ನಾನೇ ಆಗುವ ದಿನವೊಂದಕ್ಕೆ ಕಾಯುತ್ತಿದ್ದೇನೆ.

ಭಾರ ಹೊತ್ತಿದ್ದು ಯಾರು?

ಯಾವುದೋ ಭಾರ ಹೊತ್ತಂತೆ ನಡೆವ ಜನ. ಹತಾಶೆ
ಮರಗಳು, ಹೂವಿರದ ಗಿಡಗಳು, ನಿಸ್ತೇಜವಾಗಿ ಬಿದ್ದ ನಾಯಿ,
ಉರಿ ಮುಖದ ಸೂರ್ಯ. ಪರಿಚಿತವಿದ್ದರೂ ಅಪರಿಚಿತ ರಸ್ತೆ.
ಪಾರ್ಕಿನಲ್ಲೊಂದು ಕುದಿವ ಕಲ್ಲು ಬೆಂಚು. ಭುಜ ಇಳಿಸಿಕೊಂಡ
ತೆಂಗಿನ ಮರ. ಬಸವಳಿದಿರುವ ರೇಡಿಯೋ ಗೀತೆ.
ಜಾರುಗುಪ್ಪೆಯ ಜೊತೆ ಮರಳುತ್ತಿರುವ ಮರಳು. ತನ್ನನ್ನೇ
ಮರೆತ ಉದ್ಯಾನವನ. ಕೆಂಡ ಭಾವಣಿ ಹೊದ್ದಿರುವ ಮನೆ,
ಗರಗುಟ್ಟುತ್ತಿರುವ ಫ್ಯಾನು, ಸೋತು ಮೈ ಚೆಲ್ಲಿದ ಜೀವಗಳು.
ತನ್ನ ಅರ್ಥವನ್ನೇ ಕಳೆದುಕೊಂಡ ಸೂರು.

ಕವಿತೆಯನ್ನೇ ನಿರಂತರ ಹೊತ್ತು ನಡೆವವಳು ರಸ್ತೆಯಲ್ಲಿ
ಸಿಕ್ಕವರಿಗೊಂದು ಕಿರುನಗೆ ಬೀರುತ್ತಾಳೆ, ಕುದಿವ ಕಲ್ಲು
ಬೆಂಚಿನ ಮೈ ತಣ್ಣಗೆ ಸವರುತ್ತಾಳೆ. ಚಂದ್ರನಂತೆ ಮನೆಯಲ್ಲೆಲ್ಲ
ನಡೆದಾಡುತ್ತಾಳೆ. ರಸ್ತೆ ಪರಿಚಿತವಾಗಿ, ಉದ್ಯಾನವನಕ್ಕೆ ನೆನಪು
ಮರುಕಳಿಸಿ, ಸೂರು ಪದ ಅರ್ಥಪೂರ್ಣವಾಗುತ್ತದೆ!

ಭಾರ ಹೊತ್ತಿದ್ದು ರಸ್ತೆಯೋ, ಕುದಿಯುತ್ತಿದ್ದದ್ದು ಕಲ್ಲು ಬೆಂಚೊ,
ಕೆಂಡ ಭಾವಣಿಯಾಗಿದ್ದು ಮನೆಯೋ ಅಥವಾ ತಾನೋ?!

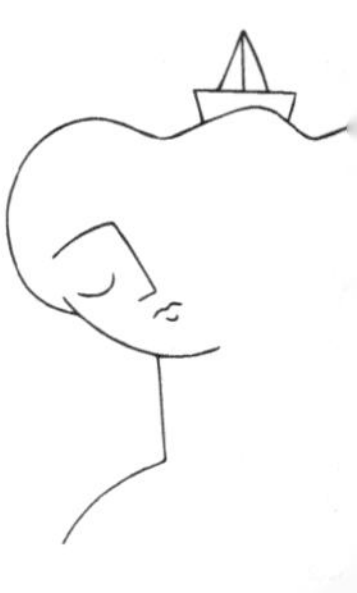

ನೀಲಿ ನಭದ ಹೂವಾಗಿದ್ದೇನೆ

ನಾನೆಂದೂ ಅಗ್ನಿಪರ್ವತವನ್ನು ನೋಡೇ ಇಲ್ಲ, ಆದರೂ ಅವು ನನ್ನೊಳಗಿಂದ ಏಳುತ್ತವೆ. ಹಿಮ ಸುರಿವ ಹೊಲಕ್ಕೆಂದೂ ಕಾಲಿಟ್ಟಿಲ್ಲ, ಆದರೂ ಕೈ ಕಾಲುಗಳು ಮರಗಟ್ಟುತ್ತಿರುತ್ತವೆ. ಸಮುದ್ರವಾಗಿ ಭೋರ್ಗರೆಯದಿದ್ದರೂ ದಡಕ್ಕೆ ಅಲೆ ಅಪ್ಪಳಿಸುತ್ತಲೇ ಇರುತ್ತದೆ!

ಒಳಗೆ ಲೆಕ್ಕವಿಡಲು ಸೋಲುವಷ್ಟು ಸೂರ್ಯಾಸ್ತ, ಚಂದ್ರೋದಯಕ್ಕೆ ಹೆಚ್ಚುವ ಅಂಬುಧಿ! ತನಗೆ ತಾನೇ ಸುತ್ತಿ ಸುಳಿವ ಸುಂಟರಗಾಳಿ– ಯಾವ್ಯಾವುದನ್ನು ಹಾರಿಸಿತೋ, ಏರಿಸಿತೋ!

ಹೊರಗಿನದೆಲ್ಲ ಒಳಗಿರುವ ಅಚ್ಚರಿಯಲ್ಲಿ ಸದ್ಯಕ್ಕೊಂದು ನೀಲಿ ನಭದ ಹೂವಾಗಿದ್ದೇನೆ.

ನಾನಿಂದು ಸುಮ್ಮನೆ ನೋಡುತ್ತೇನೆ!

ಒಳಗೊಂದು ನದಿ ಕದಡಿ, ರಾಡಿಯಾಗುವುದನ್ನು, ತಾನೇ ತಿಳಿದು ತಿಳಿಯಾಗುವುದನ್ನು ಸುಮ್ಮನೆ ನೋಡುತ್ತೇನೆ. ಮೇಜಿನ ಮೇಲಿಟ್ಟ ಹಾಳೆಗಳು ಹೊದ್ದ ಮೌನವನ್ನು, ಕಡೆಗಣಿಸಿ ಮಾತು ನಿಲ್ಲಿಸಿದ್ದನ್ನು, ಕಣ್ಣ ಆಕಾಶ ತೆರೆದ ಕ್ಷುದ್ರ ಗ್ರಹಗಳನ್ನು, ಸುಟ್ಟು ಬೂದಿಯಾದವರನ್ನು, ಬೆಳಕಾದವರನ್ನು ಸುಮ್ಮನೆ ನೋಡುತ್ತೇನೆ.

ಒಳಗೊಂದು ಹೂ ಗೊಂಚಲು ತಲೆದೂಗುವುದನ್ನು, ಬಾಡುವುದನ್ನು, ಮಣ್ಣಿಗೊರಗಿದುದನ್ನು ಸುಮ್ಮನೆ ನೋಡುತ್ತೇನೆ. ನೋವ ಕತೆಗಳು ಮಂಜಲ್ಲಿ ಮರೆಯಾಗುವುದನ್ನು, ಭಾವನೆಗಳು ಕಲ್ಲಾಗಿ ಕೊಳಕ್ಕಿಳಿಯುವುದನ್ನು ಸುಮ್ಮನೆ ನೋಡುತ್ತೇನೆ.

ನಾನಿಂದು ಸುಮ್ಮನೆ ಅಂದರೆ ಸುಮ್ಮನೆ ನೋಡುತ್ತೇನೆ.

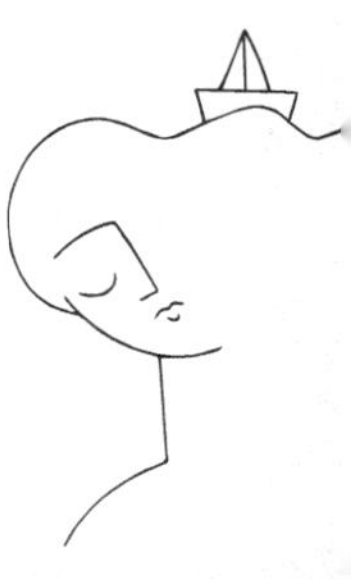

ಆ ಶಾಲು

ಆ ಶಾಲನ್ನು ಸದಾ ಹೊದ್ದಿರುತ್ತಿದ್ದಳು. ಕಿಟಕಿ ಪರದೆಗಳನ್ನೇ ಚೂರಾಗಿಸುತ್ತಿದ್ದ ಗಾಳಿ. ಗಂಟಲನ್ನೇ ಕಟ್ಟಿಸಿಬಿಡುವುದೆನ್ನುವ ಕೆಟ್ಟ ಆತಂಕ! ಎಷ್ಟಾದರೂ 'ಮಾತೇ ಮಾಣಿಕ್ಯ'ದವಳು. ಆ ಶಾಲು, ದೊಡ್ಡ ಕನ್ನಡಕದೊಂದಿಗೆ 'ಗಿರಿಜಾಶಂಕರ' ಬಸ್ಸು ಬೆಚ್ಚಗಾಗುತ್ತಿತ್ತು. 'ದೀಗು' 'ಎಕ್ಕು'ಗಳ ಪಯಣದಲ್ಲಿ ಕಿಟಕಿಯಾಚೆ ಕಂಡವೆಲ್ಲ ಅವಳೊಂದಿಗೆ ಓಡುತ್ತಿದ್ದವು. ನಡೆಯುವುದೇ ಗೊತ್ತಿರದ ವಯಸ್ಸು!

ಆ ಶಾಲು ಹೊದೆಯುವ ಬಟ್ಟೆಯಾಗದೆ ಚರ್ಮವೇ ಆಗಿತ್ತು. ಅದಿಲ್ಲದ ಅವಳನ್ನು ಅವಳೆಂದು ವಿದ್ಯಾರ್ಥಿಗಳು ಒಪ್ಪುತ್ತಿರಲಿಲ್ಲ. ಹೊದ್ದ ತಕ್ಷಣ ನಡಿಗೆಗೊಂದು ಗಾಂಭೀರ್ಯ, ನಿಂತ ನಿಲುವಿಗೊಂದು ಚೆಲುವು, ತರಗತಿಯಲ್ಲಿ ನಡೆದಾಡುವಾಗ ಸೋಕಿದವರಿಗೊಂದು ಪುಳಕ. ಇಂಥ ಶಾಲನ್ನು ಅಗಲುವ ದಿನವೊಂದು ಬಂದೀತೆಂದು ಎಣಿಸಿಯೇ ಇರಲಿಲ್ಲ.

ಎಂದಿನಂತೆ ಮುಂಜಾನೆಯ 'ಗಿರಿಜಾಶಂಕರ'ದಲ್ಲಿ ಕುಳಿತಿದ್ದಾಳೆ! ಪಕ್ಕದಲ್ಲಿದ್ದವನೊಬ್ಬ ಗಡಗಡ ನಡುಗುತ್ತಿದ್ದಾನೆ. ಹಲ್ಲುಗಳು ಕಟಕಟಿಸುತ್ತಿದೆ. ಇನ್ನೇನು ಜ್ಞಾನ ತಪ್ಪುತ್ತಿದೆ ಅನ್ನಿಸಿ, 'ಯಾರಾದರೂ ಏನಾದರೂ ಹೊದೆಯಲು ಕೊಡಿ' ಕೂಗುತ್ತಾಳೆ. ಯಾರ ಬಳಿಯೂ ಏನೂ ಇಲ್ಲ. ತನ್ನದೇ ಚರ್ಮವೆಂಬಂತಿದ್ದ ಶಾಲನ್ನು ಕೀಳಲಾರದೆ ಕಿತ್ತು ಹೊದೆಸುವಾಗ ಕರ್ಣ ಕವಚ ಸೀಳಿದ ನೋವು. ಜೀವ ಬಂದಂಥ ಭಾವದಲ್ಲಿ ಹೊದ್ದವನು!

ಅಲ್ಲಿಂದ ಮುಂದೆ ಅವಳು ಹೊದ್ದದ್ದು ಯಾವುದೂ ಮೈಗೆ ಅಂಟಿಕೊಳ್ಳಲಿಲ್ಲ!

ಅರಳುವುದಷ್ಟೇ ತನ್ನ ಸಹಜ ಗುಣ!

ತನ್ನೊಳಗೊಂದು ಭಾಷೆಯಿದೆಯೆಂದೇ ತಿಳಿದಿರಲಿಲ್ಲ,
ಸೋದರನದೋ ತಂದೆಯದೋ ಗೆಳೆಯನದೋ, ಆವೇಶದ
ವೇಷದವರದ್ದೋ, ಆಷಾಢಭೂತಿಗಳದ್ದೋ? ಸಿಕ್ಕ ಸಿಕ್ಕಿದ್ದನ್ನು,
ಸಿಕ್ಕಿದವರದ್ದನ್ನು ಮಾತನಾಡುತ್ತ!

ತನ್ನೊಳಗೊಂದು ಭಾಷೆಯಿದೆಯೆಂದೇ ತಿಳಿದಿರಲಿಲ್ಲ. ಬೆಂಕಿ
ನುಡಿವವರೊಂದಿಗೆ ಅವು ಕಿಡಿ ಕಾರಿದವು. ಬಿಸಿಲಲ್ಲಿ ಬಸವಳಿದು
ಬಿದ್ದು, ಸುರಿವ ಮಳೆಯಲ್ಲಿ ಕೆಲವು ಒದ್ದೆ ಮುದ್ದೆಯಾದವು.

ತನ್ನೊಳಗೊಂದು ಭಾಷೆಯಿದೆಯೆಂದೇ ತಿಳಿದಿರಲಿಲ್ಲ ತನಗೆ
ತಾನೇ ಹೂವಂತೆ ಅರಳುವವರೆಗೂ! ಈಗವಳು ಹೊರಗಿನೆಲ್ಲ
ಭಾಷೆಯನ್ನು ಆಚೆಗಟ್ಟಿದ್ದಾಳೆ. ಅರಳುವುದಷ್ಟೇ ತನ್ನ ಸಹಜ ಗುಣ!

ತಾನು ತನ್ನ ಹೃದಯದೊಂದಿಗೇ ಮಾತನಾಡಿಲ್ಲ!

ಅವಳ ಕಣ್ಣುಗಳ ಹೊಳಪಿಗೆಂದೂ ಮುದಿತನವಿಲ್ಲ.
ನಂಜನಗೂಡಿನ ಹಲ್ಲುಪುಡಿಯನ್ನು ನಗು ಅಣಕಿಸುತ್ತದೆ. ಕೂದಲ
ಕಾರ್ಮುಗಿಲ ಸೀಳಿ, ಬೆಳ್ಳಿ ಮೋಡಗಳ ರಾಶಿ ಕಾಲಿಟ್ಟಿದೆ. ಕೈ
ಮೇಲೆ ಸೊಗಸಾಗಿ ಕಾಣುವ ಹಸಿರು ನರಗಳ ಹಚ್ಚೆ!

ಭಾರವಾದ ಕಾಲು ಈಗ ಸಿಕ್ಕಲ್ಲೆಲ್ಲ ನಡೆಯುವುದಿಲ್ಲ. ಸುಮ್ಮನೆ,
ಅಂದರೆ ಸುಮ್ಮನೆ ಕೂರುತ್ತಾಳೆ. ಎಲ್ಲ ವಟವಟಗಳನ್ನು
ಒಟ್ಟುಗೂಡಿಸಿ ಕಸದಬುಟ್ಟಿಗೆ ಹಾಕುತ್ತಾಳೆ. ಈಗೀಗ ಎದೆಯೊಳಗಿನ
ಸಂಪುಟಗಳನ್ನು ಒಂದೊಂದೇ ಓದುವ, ಅರಿಯುವ ಅಚ್ಚರಿ!
ಹೊರಗಿನ ಜಗತ್ತಲ್ಲಿ ಕಂಡ ಸಕಾರ, ವಿಕಾರಗಳೆಲ್ಲ ಒಳಗೂ
ಇರುವುದನ್ನು ಸಿನೆಮಾದಂತೆ ನೋಡುತ್ತಾಳೆ.

ಕತ್ತಲಲ್ಲೇ ಕುಳಿತಿವೆ ಅದೆಷ್ಟು ಕತ್ತಲು! ಬೆಳಕಿಗೇ ಬಾರದ ಬೆಳಕು!
ಉರಿದುರಿದು ಬೇಸತ್ತ ಚುಕ್ಕೆ. ಒದ್ದೆಗಣ್ಣಿನ ನೂರಾರು ಸಾಲು!
ಅರೆ, ತಾನು ತನ್ನ ಹೃದಯದೊಂದಿಗೇ ಮಾತನಾಡಿಲ್ಲ!

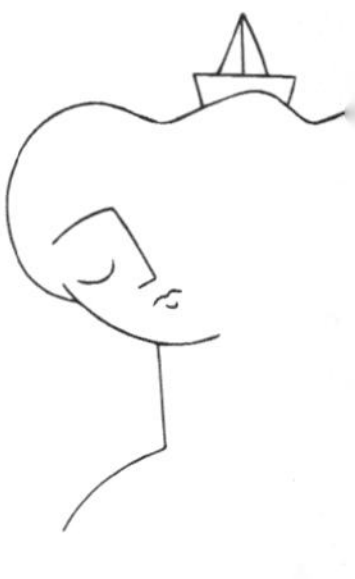

ಹೇಳಿಕೊಡಬೇಡಿ!

ಗಿಡದೊಂದಿಗೆ, ಮರದೊಂದಿಗೆ ಮಾತನಾಡುತ್ತ ಬೆಳೆದವಳಿಗೆ
ಆಳಕ್ಕಿಳಿಯುವುದನ್ನು, ಆಕಾಶದತ್ತ ಕೈ ಮಾಡುವುದನ್ನು,
ಹೂವಾಗುವುದನ್ನು, ಹಕ್ಕಿ ಪಕ್ಕಿಗಳಿಗೆ ಗೂಡಾಗುವುದನ್ನು,
ನೆರಳು ಚಾಚಿ, ಬಾಚಿ ತಬ್ಬುವುದನ್ನು ಹೇಳಿಕೊಡಬೇಡಿ.

ಆಗಸದ ಚುಕ್ಕಿಗಳೊಂದಿಗೆ ಮಾತನಾಡುತ್ತ ಬೆಳೆದವಳಿಗೆ
ಎತ್ತರಕ್ಕೇರುವುದನ್ನು, ಮಿನುಗುವುದನ್ನು, ಅಲೆಯುವುದನ್ನು,
ಚಂದ್ರನೋ, ಸೂರ್ಯನೋ ಆಗಿ ಬೆಳಕು ಸುರಿಯುವುದನ್ನು,
ಬೇಡವೆಂದಾಗ ಉದುರಿ ಹೋಗುವುದನ್ನು ಹೇಳಿಕೊಡಬೇಡಿ

ಹರಿವ ನೀರಿನೊಂದಿಗೆ ಮಾತನಾಡುತ್ತ ಬೆಳೆದವಳಿಗೆ ನೀವು
ಸೇರಿಸುವ ಕೊಳೆ, ಕಸ, ರಾಡಿಗಳ ಕೊಚ್ಚಿ ಹಾಕುವುದನ್ನು. ಕಟ್ಟು
ಪಾಡುಗಳ ಕಿತ್ತೆಸೆದು ಚಲನವೇ ಜೀವಾಳವಾಗುವುದನ್ನು, ಗುಡ್ಡ,
ಕಣಿವೆಗಳ ದಾಟಿ ಸಾಗರವಾಗುವುದನ್ನು ಹೇಳಿಕೊಡಬೇಡಿ.

ಹಾಗೆ ನೋಡಿದರೆ ನೀವು ಸುಮ್ಮನಿದ್ದುಬಿಡಿ.

ಬೆಟ್ಟಕ್ಕೆ ಬೆಟ್ಟವೇ ಅರಳುವಾಗ

ತೂಕದ ಬಟ್ಟು ಜಾರಿಸುವವರೇ, ಗುಂಪುಗಾರರೇ, ವಿಶೇಷಗಳಿಲ್ಲದ ವಿಶೇಷಾಂಕಗಳೇ, ಪುಸ್ತಕ ಪ್ರದರ್ಶಕರೇ, ನಮ್ಮನ್ನು ಹೊರಗಿಟ್ಟೆವೆಂದು ಹಿರಿಹಿರಿ ಹಿಗ್ಗುತ್ತ ಕುಗ್ಗಿದವರೇ, ಪ್ರತಿಭೆಗಳ ಗುಂಡಿ ತೋಡಿ ಮುಚ್ಚಲು ಹೆಣಗಿದವರೇ, ನಿಧಿ ಶೋಧಕರು ಎಲ್ಲೆಡೆ ಇರುವುದನ್ನೇ ಮರೆತವರೇ!

ನೀವು ನೆಟ್ಟ ಕೃತಕ ಬೇಲಿಗಳಲ್ಲಿ ನಿಮಗೆಂದೇ ನಾವು ಅರಳಿದವರಲ್ಲ, ಒಂದೊಂದೇ ಹೂ ಕಿತ್ತು ಪ್ರದರ್ಶನಕ್ಕಿಡುವುದರ ಹಂಗು ಬೇಕಿಲ್ಲ. ವೈವಿಧ್ಯವಿರದ ನಿಮ್ಮ ಗಿಡಗಳ ನಡುವೆ ನರಳುವ ಕರ್ಮ ನಮಗೂ ಇಲ್ಲ. ನೀವೇ ನಿರ್ಮಿಸಿದ ಕೃತಕ ದಾರಿಗಳಲ್ಲಿ ನಡೆದು ಗಮ್ಯ ತಲುಪಬೇಕಿಲ್ಲ. ತಲುಪುವುದು ಎನ್ನುವುದಕ್ಕೆ ಅರ್ಥವೂ ಇಲ್ಲ. ಹುಟ್ಟುತ್ತವೆ ಹಾದಿ, ಹೊಸ ಹೆಜ್ಜೆಗಳು ಕುಲುಕುಲುಕಿಸುತ್ತವೆ, ಕಾಲಿಟ್ಟದ್ದೇ ನಮ್ಮ ಕಾಲುದಾರಿ, ವರುಷ ಹನ್ನೆರಡಾದರೇನು? ಈ ಬೆಟ್ಟಕ್ಕೆ ಮೌನ ಕವಿದಾಗ ಮತ್ತೊಂದು ಬೆಟ್ಟ, ಮಂದಾಲ ಪಟ್ಟಿ ಬಾಡಿದರೆ ಮುಳ್ಳಯ್ಯನ ಗಿರಿ!

ಬೆಟ್ಟಕ್ಕೆ ಬೆಟ್ಟವೇ ಅರಳುವಾಗ ನಿಮ್ಮ ಕೈತೋಟದ ಹೂ ಕೇಳುವವರಾರು?

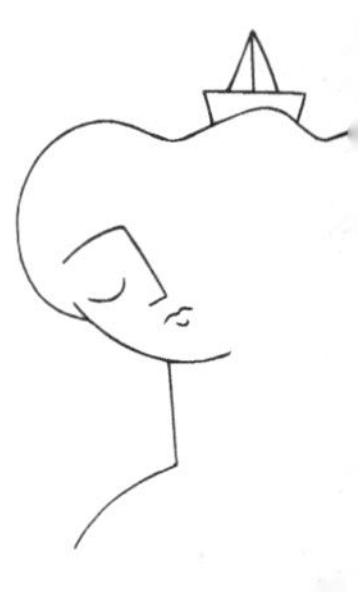

ಋತುಮಾನಗಳೆಂದರೇನು?

ಶಿಶಿರದಲ್ಲಿ ಮಾತ್ರ ಎಲೆ ಉದುರುವುದೇ? ವಸಂತದಲ್ಲಿ ಚಿಗುರುವುದೇ? ಮಳೆಗಾಲ ಮುಗಿದ ಮೇಲೂ ಸುರಿವ ಮಳೆಗೆ ಯಾವ ಋತುಮಾನ? ಸೊನೆ, ಸೊಗಡನ್ನು ಮರೆತು ವರುಷದುದ್ದಕ್ಕೂ ನಳನಳಿಸುವ ಮಾವು, ಅವರೇ ಕಾಯಿ! ಮಲ್ಲಿಗೆ ಹೂ ಘಮಿಸುವುದಕ್ಕೆ ಬೇಸಗೆಗೆ ಕಾಯಬೇಕಿಲ್ಲ. ಹಿತ್ತಲೇ ಇಲ್ಲದ ಮನೆಯೊಳಗೆ ಕೂತವಳಿಗೆ ಋತುಮಾನಗಳು ಹಾಯುವುದು ಕ್ಯಾಲೆಂಡರಿನಲ್ಲಿ ಮಾತ್ರ!

ಯಾವ ಋತುವಿಗೂ ಈಗ ನಿಯತ್ತಿಲ್ಲ. ಶಿವರಾತ್ರಿಗೆ ಶಿವ ಶಿವ ಎಂದು ಚಳಿ ಓಡುವುದಿಲ್ಲ. ಚಳಿಗಾಲದಲ್ಲೂ ಮಳೆ, ವರುಷದುದ್ದಕ್ಕೂ ಬಿಸಿಲು! ವೃದ್ಧರಂತೆ ಬದುಕುತ್ತಿರುವ ಯೌವನಿಗರು! ಆ ಕಾಲದಲ್ಲಿ ಈ ಕಾಲ, ಈ ಕಾಲದಲ್ಲಿ ಆ ಕಾಲ ನುಸುಳಿ ಅಕಾಲವೇ ಕಾಲ. ಕೈ ಮೇಲಿನ ಸುಕ್ಕುಗಳಂತೆ ವಿಚಿತ್ರ ಹೆಣಿಗೆ. ಎಲ್ಲಿಂದ ಶುರುವಾಗಿ ಎಲ್ಲಿ ಕೊನೆಯಾಗುವುದೋ?

ಈಗವಳು ಋತುಮಾನದ 'ರೆಸಿಪಿ'ಗಳಿಗೆ ವಿಡಿಯೋ ತಡಕಾಡುವುದಿಲ್ಲ. ತನ್ನೊಳಗೆ ಉಕ್ಕುವ ಉತ್ಸಾಹ ಗೊಂದಲಗೊಳಿಸುವುದೂ ಇಲ್ಲ! ಸರ್ವಋತು ಬಂದರಾಗಿ ಕುಳಿತಿದ್ದಾಳೆ!

ಒಂದು ಪುಟ್ಟ ಮಗುವಿನ ಅಂಗಳದಲ್ಲಿ

ಒಂದು ಪುಟ್ಟ ಮಗುವಿನ ಅಂಗಳದಲ್ಲಿರುವ ಮಲ್ಲಿಗೆಯ ಬಳ್ಳಿ ಮನುಷ್ಯರಂತೆ ಮಾತಾಡುತ್ತದೆ. ಆಕಾಶಕ್ಕೇರಲು ಒಂದು ದಾರಿ ನಿರ್ಮಿಸುತ್ತದೆ. ಇಣಚಿ ಮರಿ ಕೆಳಗಿನಿಂದ ಮೇಲಕ್ಕೆ, ಮೇಲಿನಿಂದ ಕೆಳಕ್ಕೆ ಆತಂಕವಿಲ್ಲದೆ ಸರಿದಾಡುತ್ತದೆ. ಅಲ್ಲೇ ಪಕ್ಕದಲ್ಲಿ ಬಿತ್ತಿದ್ದ ಕಾಳೊಂದು ಪ್ರಶ್ನಾರ್ಥಕ ಚಿಹ್ನೆಯಂತೆ ಮೊಳಕೆಯೊಡೆದು ಅಚ್ಚರಿ ಮೂಡಿಸುತ್ತದೆ.

ಹುಲ್ಲುಗರಿಕೆಗಳು ಒಂದಕ್ಕೊಂದು ಸುತ್ತಿಕೊಂಡು ನಿಗೂಢವಾಗಿ ನಕ್ಕು ನಲಿದಾಡುತ್ತವೆ. ಸಾಲುಗಟ್ಟಿರುವ ಇರುವೆಗಳು ಭರವಸೆಯ ಮೂಟೆ ಹೊತ್ತು ಸಾಗುತ್ತವೆ. ಮಲ್ಲಿಗೆಗಳು ಕೆಳಗುದುರಿ ಮಗುವಿನ ಬೊಗಸೆಯಲ್ಲಿ ನಕ್ಷತ್ರಗಳಾಗುತ್ತವೆ. ನೇತು ಬಿದ್ದ ಬಳ್ಳಿಗಳು ಜೋಕಾಲಿಗಳಾಗುತ್ತವೆ. ಬಳ್ಳಿಗಳ ಬೇಲಿಯಾಚೆ ಮತ್ತೊಂದು ಮಗು ಸಂದಿಯಲ್ಲಿ ಇಣುಕಿ ನಗುತ್ತದೆ. ಈ ಬೇಲಿಗೆ ಬೇಲಿಯ ಕಾಠಿಣ್ಯವಿಲ್ಲ. ನುಸುಳಬಹುದು, ಹಾರಬಹುದು.

ದೊಡ್ಡವರು ಅಲ್ಲಿಗೆ ಕಾಲಿಟ್ಟ ತಕ್ಷಣವೇ ಗಿಡದ ಬಳ್ಳಿಗಳ ಬೇಲಿ ಇದ್ದಕ್ಕಿದ್ದಂತೆ ಮುಳ್ಳುಬೇಲಿಯಾಗಿ, ತಡೆಗೋಡೆಯಾಗುತ್ತದೆ. ಮಗು ಕಕ್ಕಾಬಿಕ್ಕಿಯಾಗಿ ಮಲ್ಲಿಗೆಯತ್ತ ನೋಡಿದರೆ ಅದು ಮಾತನಾಡುವುದನ್ನು ನಿಲ್ಲಿಸಿರುತ್ತದೆ.

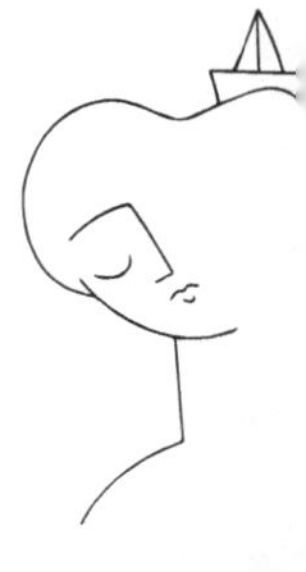

ನನ್ನನ್ನು ಕವಿಯೆನ್ನುವುದಿಲ್ಲ!

'ನಿನ್ನನ್ನು ಕವಿಯೆನ್ನುವುದಿಲ್ಲ' – ಅವರೆಲ್ಲ ಬಗೆಬಗೆಯಲ್ಲಿ ಸಂದೇಶ ನೀಡುತ್ತಾರೆ. ಕವಿಯನ್ನು ಕಟ್ಟಡದಂತೆ ಸಿಮೆಂಟು ಬ್ಲಾಕುಗಳನ್ನಿಟ್ಟು ನಿರ್ಮಿಸುತ್ತಿರುವವರು! 'ಗುದ್ದಲಿಪೂಜೆ'ಯಿಂದಲೇ ಅಬ್ಬರ, ಆರ್ಭಟ! ಭಾವಣಿ ಹೊದಿಸಿ, ದೃಷ್ಟಿಗೊಂಬೆಯನ್ನಿಡುವುದರಲ್ಲಿ ಕವಿ ಉಸಿರುಗಟ್ಟಿ ನಿರ್ಜೀವ.

ಹಾರುವ, ಓಡುವ, ನಿಲ್ಲುವ, ಕೂರುವ, ಮನ ಬಂದ ಕಡೆ ನಡೆವ ನನ್ನೆಲ್ಲ ಕವಿತೆ ನಿರಾಳ. ಯಾರಿಗೂ ತಲೆಬಾಗಬೇಕಿಲ್ಲ, ಡೊಗ್ಗು ಸಲಾಮು ಹೊಡೆಯಬೇಕಿಲ್ಲ. 'ಜೀ ಹುಜೂರ್' ಎನ್ನುವ ಮಾತೇ ತಿಳಿದಿಲ್ಲ. ಸೂರ್ಯನನ್ನೂ ಕೆಂಗಣ್ಣಿನಲ್ಲಿ ನೋಡುತ್ತದೆ, ಕವಿದ ಮಂಜನ್ನು ಸೀಳುತ್ತದೆ, ಕತ್ತಲೆಯನ್ನೇ ಹೊತ್ತು ನಡೆಯುತ್ತದೆ. ಮಳೆಯಲ್ಲಿ ತೋಯುತ್ತದೆ. ಸೂರನ್ನು ಎಂದೂ ಬೇಡದ ಬೀದಿ ಕವಿತೆ!

ಹೂಗಳ ನಡುವೆ ಚಿಟ್ಟೆಯಾಗಿ ಪ್ರೀತಿ ಉಸುರುತ್ತದೆ, ಮುಚ್ಚಿಟ್ಟ ನೋವಿನ ಬಟ್ಟಲನ್ನೆತ್ತಿ ಹಕ್ಕಿಯಾಗಿಸುತ್ತದೆ. ಈರುಳ್ಳಿ ಸಿಪ್ಪೆ ಸುಲಿವಂತೆ ಒಳಗಿನ ನಿಗೂಢಗಳ ಬಿಚ್ಚಿಡುತ್ತದೆ. ಕಣ್ಣಿಂದ ನೀರಿಳಿಸಿ ಹಗುರಾಗಿಸುತ್ತದೆ. ಒಂಟಿಯಾಗಿ ಅಲೆವ ಖುಷಿ, ಅಂಜಿಕೆಗಳ ನಡುವೆಯೇ ಜೀವಂತಿಕೆಯಲ್ಲಿ ನಳನಳಿಸುತ್ತದೆ.

ನಾನು ಆ ಮನೆಗೆ ಹೋಗಬೇಕಿದೆ

ಮುಚ್ಚಿದ ಬಾಗಿಲನ್ನು ತೆರೆಯುವುದಕ್ಕೆ, ಗಾಳಿಯಾಡಿಸುವುದಕ್ಕೆ, ಕತ್ತಲ
ಎದೆ ಗೂಡಿನಲ್ಲೊಂದು ದೀಪ ಹಚ್ಚುವುದಕ್ಕೆ, ಬಿರಿದ ಹೊಸ್ತಿಲಲ್ಲಿ
ರಂಗೋಲಿ ಬಿಡಿಸಿ, ಕರೆಗಟ್ಟಿದ ಗೋಡೆಗೆ ಸುಣ್ಣ ತೊಡೆದು,
ಚಿತ್ತಾರದ 'ಕಾರಣೆ' ತೆಗೆದು ಹಿಗ್ಗುವುದಕ್ಕೆ!

ನಾನು ಆ ಮನೆಗೆ ಹೋಗಬೇಕಿದೆ

ಸಿಮೆಂಟು ಕಿತ್ತು ಎದೆ ಬಿರಿಸಿಕೊಂಡ ಜಗುಲಿ, ಒಂದೊಂದೇ ಕಲ್ಲು
ಜಾರಿ ಕುಸಿಯುತ್ತಿರುವ ಕಂಬಗಳು. ಹೀಚೋ ಪೀಚೋ ಆಟದ ಹುಚ್ಚಿಗೆ
ಕಾಯಿಗಳನ್ನಿಟ್ಟು ಕೊಲ್ಲುವುದು ಸಾಕಾಗಿ ಹೋಗಿದೆ. ಚೌಕಾಬಾರದ
ಅಷ್ಟೂ ಮನೆಗಳಲ್ಲವನ್ನು ಸಹಜ ನಡೆಸಿ ಹಣ್ಣು ಮಾಡಬೇಕಿದೆ.

ಮುತ್ತಿರುವ ಸೂತಕದ ವಾಸನೆಗೆ ಮೂಗು ಬಾಯಿ ಮುಚ್ಚಿಕೊಂಡು
ಜೀವ ಕೈಯಲ್ಲಿ ಹಿಡಿದು ನಿಂತಿರುವ ಆ ಮನೆಗೆ ನಾನು ಹೋಗಬೇಕಿದೆ.

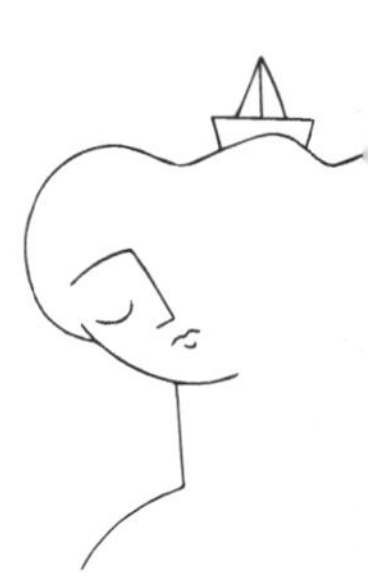

ಫೇಸ್‌ಬುಕ್ ಗೆಳತಿಯರೊಂದಿಗೆ ಮಾತುಕತೆ

ಅವರು ಕೇಳುತ್ತಾರೆ: ನೀನೇಕೆ ನಿರಾಳವಾಗಿ
ನಗುವ ಚಿತ್ರಗಳನ್ನು ಹಾಕುತ್ತೀಯ?
ನಾನು ಹೇಳುತ್ತೇನೆ: ಎಲ್ಲ ಹೆಣ್ಣುಗಳು
ನಿರಾಳವಾಗಿ ನಗುವವರೆಗೂ ಹಾಕುತ್ತೇನೆ.

ಅವರು ಕೇಳುತ್ತಾರೆ: ನೀನಿಲ್ಲೇಕೆ ನರ್ತನದ
ರೀಲುಗಳನ್ನು ಹಾಕುತ್ತೀಯ?
ನಾನು ಹೇಳುತ್ತೇನೆ: ಎಲ್ಲ ಹೆಣ್ಣುಮಕ್ಕಳು
ಖುಷಿಯಿಂದ ಕುಣಿಯುವವರೆಗೂ ಹಾಕುತ್ತೇನೆ.

ಅವರು ಕೇಳುತ್ತಾರೆ: ನೀನಿಲ್ಲೇಕೆ ಬರೆಯುತ್ತೀಯ?
ಎಲ್ಲ ಹೆಣ್ಣುಗಳು ತಮ್ಮೊಳಗಿನ ಕತೆ
ಹೇಳುವವರೆಗೂ ಬರೆಯುತ್ತೇನೆ.

ಅವರು ಕೇಳುತ್ತಾರೆ: ನೀನೇಕೆ ಬಣ್ಣ ಬಣ್ಣದ
'ಬಣ್ಣ'ವನ್ನೇ ತೊಡುತ್ತೀಯ?
ನಾನು ಹೇಳುತ್ತೇನೆ: ಎಲ್ಲ ಹೆಣ್ಣುಮಕ್ಕಳ ಬದುಕು
ಬಣ್ಣವಾಗುವವರೆಗೂ ತೊಡುತ್ತೇನೆ.

ಅವರು ಕೇಳುತ್ತಾರೆ: ನೀನೇಕೆ ಬಗೆ ಬಗೆಯ ತಿಂಡಿಗಳನ್ನು
ಮಾಡಿ ಪ್ರದರ್ಶಿಸುತ್ತೀಯಾ?

ನಾನು ಹೇಳುತ್ತೇನೆ: ತಾವೇ ಮಾಡಿದ್ದನ್ನು ನೆಮ್ಮದಿಯಾಗಿ
ಕೂತು ತಿನ್ನುವವರೆಗೂ ಪ್ರದರ್ಶಿಸುತ್ತೇನೆ.

ಅವರು ಕೇಳುತ್ತಾರೆ: ನೀನೇಕೆ 'ಕಲಾವಿದೆ'ಯೆಂದು
ಹೇಳಿಕೊಳ್ಳುತ್ತಲೇ ಇರುತ್ತೀಯ?

ನಾನು ಹೇಳುತ್ತೇನೆ: ಹೆಣ್ಣುಮಕ್ಕಳ ಕಲೆಯ ಬೆಲೆ ನಿಮಗೆ
ತಿಳಿಯುವವರೆಗೂ ಹೇಳುತ್ತೇನೆ.

ಅವರು ಕೇಳುತ್ತಾರೆ: ನೀನಿಲ್ಲೇಕೆ ಹುಟ್ಟಿದ ದಿನವನ್ನು
ಸಂಭ್ರಮಿಸುತ್ತೀಯಾ?

ನಾನು ಹೇಳುತ್ತೇನೆ: ಎಲ್ಲ ಹೆಣ್ಣುಗಳ
ಹುಟ್ಟು 'ಹಬ್ಬ'ವಾಗುವವರೆಗೂ ಸಂಭ್ರಮಿಸುತ್ತೇನೆ.

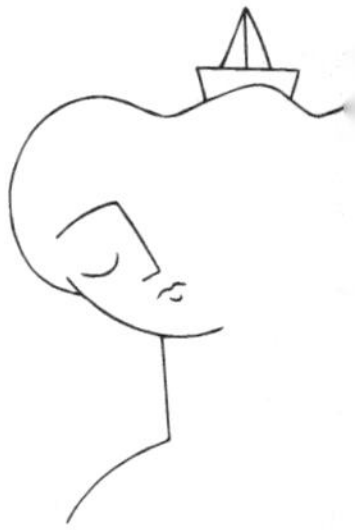

ನಗುವಿಗೊಂದು ಕವಿತೆ ಬೆಸೆದು...

ಹೂ ಗಿಡಗಳ ನಡುವೆ ನಿಂತವಳು ನಗುವಿಗೊಂದು ಕವಿತೆ ಬೆಸೆದು ದಿನವೂ ಗಾಳಿಗೆ ಸೇರಿಸುತ್ತಾಳೆ. ಎಲ್ಲಿ ಹಾರಿತು, ಎಲ್ಲಿ ಬಿದ್ದಿತು, ಎಲ್ಲಿ ಹರಿಯಿತು, ಯಾರೊಳಗೆ ಸೇರಿತು ಇದ್ಯಾವುದು ಅವಳಿಗೆ ತಿಳಿದಿಲ್ಲ. ಬಿದ್ದ ಬೀಜವೊಂದು ಹೇಗೆ ಮೊಳೆತು, ಚಿಗುರಿ, ಹೂ ಹಣ್ಣು ತಳೆಯಿತೆಂದು ಮರ ಕೇಳುವುದೇ?

ಕತ್ತಲಿಗೆ ಪಂಜು ಹಿಡಿಯಿತೋ, ಗಾಳಿಯೆದೆಗೆ ಗಂಧವಾಯಿತೋ, ನದಿಯಂಥ ಜೀವಕ್ಕೊಂದು ನಿನಾದವಾಯಿತೋ? ಕಣ್ಣ ಹನಿಗೆ ಬೊಗಸೆಯೊಡ್ಡಿತೋ, ಸೋತ ಮೈಗಳಲ್ಲಿ ಮಿಂಚು ಮೂಡಿಸಿತೋ, ನಿಂತ ಕಾಲುಗಳ ನಡೆಸಿತೋ? ಇದ್ಯಾವುದೂ ಅವಳಿಗೆ ತಿಳಿದಿಲ್ಲ.

ಆದರೆ, ಕವಿತೆಗಂತೂ ಗೊತ್ತಿದೆ! ನಕ್ಷತ್ರ ಹೊಳೆಸಿದ್ದು, ಹೂ ಅರಳಿಸಿದ್ದು, ಹಕ್ಕಿ ಹಾಡಿಸಿದ್ದು, ಬಳ್ಳಿ ತೂಗಿಸಿದ್ದು ತಾನೇ ಎಂದು!